காந்தி வழி

மகாத்மா காந்தி தன்னுடைய தொண்டர்களுக்கு முன்வைத்த 14 கொள்கைகளை எளிமையானமுறையில் அறிமுகப்படுத்தும் நூல்

காந்தி எழுதிய 'From Yervada Mandir' என்ற நூலைத் தழுவியது

காந்தி வழி

என். சொக்கன்

Title: Gandhi Vazhi
Author's Name: N Chokkan

Published by ZDP Specifics

(An imprint of Zero Degree Publishing)
No. 55(7), R Block, 6th Avenue,
Anna Nagar,
Chennai - 600 040

Website: www.zerodegreepublishing.com
E Mail id: zerodegreepublishing@gmail.com
Phone: 89250 61999

ZDP Specifics First Edition: May 2023
ISBN: 978-93-95222-19-8
TITLE NO ZDPS: 57

Cover Design & Layout: Vijayan, Creative Studio

பொருளடக்கம்

முன்னுரை

சில ஆண்டுகளுக்குமுன்னால், அலுவலக வேலை விஷயமாக அகமதாபாத் சென்றிருந்தேன். ஒரு நாள் இரவு உணவை முடித்துவிட்டுச் சிறிது ஊரைச் சுற்றிப்பார்க்கலாம் என்று சும்மா ஏதோ ஒரு திசையில் நடந்துகொண்டிருந்தேன்.

சற்றுத் தொலைவில், '*Kochrab Ashram 2* கிலோமீட்டர்' என்ற அறிவிப்புப் பலகையைப் பார்த்தேன். அந்தப் பெயரை எங்கோ கேள்விப்பட்டதுபோலிருந்தது. ஆனால், சரியாக நினைவு வரவில்லை.

அகமதாபாத்தில் காந்தியின் சபர்மதி ஆசிரமம் இருப்பது தெரியும். அதற்கு முன்னால் அவர் தொடங்கிய ஓர் ஆசிரமமும் இங்குதானே இருக்கிறது! ஒருவேளை அதுதான் இதுவோ?

சட்டென்று ஃபோனைப் பிரித்துக் கூகுளைக் கேட்டேன். என் ஊகம் சரிதான் என்று உறுதிப்படுத்தியது. சற்று மகிழ்ச்சியாகவும் சற்று நாணமாகவும் உணர்ந்தேன்.

மகிழ்ச்சி சரி, நாணம் எதற்கு?

நான் காந்தியைப் பற்றிப் படிக்கிறேன் பேர்வழி என்று அவர் எழுதியவற்றையும் பிறர் எழுதியவற்றையும் தொடர்ந்து படித்துக்கொண்டிருந்த நேரம் அது. சொல்லப்போனால் அந்த அகமதாபாத் வேலையை வலிய ஒப்புக்கொண்டு அங்கு வந்ததுகூட சபர்மதி ஆசிரமத்தை நேரில் பார்க்கத்தான்.

ஆனால், அதற்குச் சற்றுத் தொலைவில் இருக்கிற, காந்தியின் வாழ்க்கையில் இன்னொரு முக்கியமான இடமாகிய கோச்ரப் ஆசிரமத்தின் பெயர்கூட எனக்குச் சரியாக நினைவில்லை, அதனால்தான் நாணம், கொஞ்சம் குற்றவுணர்வும்கூட.

அப்போது இரவு நேரம் என்பதால் கோச்ரப் ஆசிரமம் பூட்டியிருந்தது. அதனால், மறுநாள் காலை மீண்டும் அதே சாலையில் நடந்து கோச்ரப் ஆசிரமத்துக்கு வந்தேன். அங்கிருந்த காட்சிப்பொருட்களைப் பொறுமையாகப் பார்த்தேன்.

அந்தக் காட்சிப்பொருட்களில் ஒன்று, காந்தி தன்னுடைய தொண்டர்களுக்கு வலியுறுத்திய 14 கொள்கைகளைப் பட்டியலிட்டிருந்தது:

1. உண்மை
2. அகிம்சை/அன்பு
3. மனக் கட்டுப்பாடு
4. உணவுக் கட்டுப்பாடு
5. திருடாமலிருத்தல்
6. சொத்து சேர்க்காமல் இருத்தல்
7. அச்சமின்மை
8. தீண்டாமையை அகற்றுதல்
9. உழைத்து உண்ணுதல்
10. அனைவரையும் ஏற்றுக்கொள்ளுதல்
11. பணிவு
12. உறுதிமொழிகள்
13. யாகம்/தியாகம்
14. சுதேசிக் கொள்கை

இந்தப் பட்டியலில் இருந்த அனைத்து அம்சங்களையும் நான் அங்கொன்றும் இங்கொன்றுமாகப் படித்திருந்தேன். ஆனால், இவற்றை மொத்தமாக ஓரிடத்தில் பார்த்தது மகிழ்வளித்தது. காந்தி இந்தப் பட்டியலை எங்கு வழங்கியிருக்கிறார் என்று தேடினேன், *'From Yervada Mandir'* என்ற நூலில் அவர் இவற்றை விரிவாக விளக்கியிருப்பதைத் தெரிந்துகொண்டேன்.

உண்மையில் அது ஒரு சிறு நூல்தான், சிறையில் எழுதப்பட்ட 16 கடிதங்களின் தொகுப்பு. வழக்கமான

காந்தி பாணியில் எளிமையுடனும் தெளிவுடனும் அவர் தன்னுடைய தொண்டர்களுக்கு இந்த 14 கொள்கைகளை விளக்கியிருந்தார். நான் அவற்றை விரும்பிப் படித்தேன், பிறருக்கும் பரிந்துரைத்தேன்.

இந்த நேரத்தில், 'பாசமலர்' சிறுவர் இதழில் ஒரு புதிய தொடரை எழுதும் வாய்ப்பு அமைந்தது. 'காந்தி வழி' என்ற தலைப்பில் இந்த 14 கொள்கைகளைச் சற்று விரிவாக எடுத்துக்காட்டுகளுடன் எழுதலாம் என்று தீர்மானித்துக்கொண்டேன்.

இது மொழிபெயர்ப்பு நூல் இல்லை. ஆனால், காந்தியின் கட்டமைப்பை முழுக்கப் பின்பற்றியிருக்கிறேன், ஒவ்வோர் அத்தியாயத்திலும் அவர் முன்வைத்திருக்கும் முதன்மை வாதங்களைக் கொண்டுவந்திருக்கிறேன், கூடுதல் எடுத்துக்காட்டுகள், அவை தொடர்பான என்னுடைய புரிந்துகொள்ளல்களைச் சேர்த்திருக்கிறேன். இந்நூலின் மிகைகள் காந்தியுடையவை, குறைகள் என்னுடையவை. இதை நான் பொய்ப்பணிவாக இல்லாமல் காந்தி பரிந்துரைக்கும் உண்மையான பணிவுடன் குறிப்பிடுகிறேன்.

இப்படி ஒரு மனிதர் வாழ்ந்தாரா என்கிற வியப்பை எனக்குள் நாளுக்கு நாள் மிகுதியாக்கிக்கொண்டிருப்பவர் காந்தி. அந்தப் பிரமிப்பின் ஒரு சிறு துளிதான் இந்த நூல்.

'காந்தி வழி'யைத் தொடராக வெளியிட்ட 'பாசமலர்' இதழின் ஆசிரியர் போளி பய்யப்பிள்ளி அவர்களுக்கும், விரும்பிப் படித்து ஆதரவளித்த வாசகர்களுக்கும் என் நன்றி. இந்நூலைத் தொகுத்து வெளியிடும் 'ஸீரோ டிகிரி' குழுமத்துக்கும் நன்றி. இதைப் படித்து, பரிசளித்து, பகிர்ந்துகொள்ளப்போகும் உங்களுக்கும் நன்றி.

என்றும் அன்புடன்,
என். சொக்கன்,
பெங்களூரு.
nchokkan@gmail.com
http://www.nchokkan.com/

1. வாழ்விக்க வந்தவர்

அழகான ஒரு வீடு. உள்ளே நுழைகிறோம். குளுகுளுவென்று ஓர் அறையில் தங்குகிறோம். அங்குள்ள வசதிகளையெல்லாம் பயன்படுத்திக்கொள்கிறோம். மகிழ்ச்சியாக நேரத்தைச் செலவிடுகிறோம்.

சில ஆண்டுகளுக்குமுன்னால், அந்த இடத்தில் அப்படியொரு வீடே இல்லை. வெறும் புதர்கள்தான் மண்டிக்கிடந்தன. யாரோ அவற்றைச் சுத்தப்படுத்தி, நிலத்தைப் பதமாக்கி, ஆழமான அடித்தளம் அமைத்து, சுவர்களை எழுப்பி, வண்ணம் பூசி, வசதிகளைச் சேர்த்து அழகாக்கியிருக்கிறார்கள். அதனால்தான் இப்போது நாம் அதனை அனுபவிக்க இயலுகிறது.

இந்த வீட்டை அமைப்பதற்காகப் பலரும் உழைத்திருக்கிறார்கள்; அப்போது நாம் இந்த இடத்தில் இல்லை; அவர்களுடைய உழைப்பைப் பார்க்கவில்லை; அதேசமயம், அதைப்பற்றி யாராவது சொல்லும்போது நெகிழ்ந்து நிற்கிறோம்; பலருடைய வியர்வையால்தான் இன்று நாம் வளமாக இருக்கிறோம் என்று புரிந்துகொள்கிறோம்.

இவை அனைத்தும், வீட்டுக்கும் பொருந்தும், நாட்டுக்கும் பொருந்தும். சில நூற்றாண்டுகளுக்கு முன்னால், இந்தியா அடிமைப்பட்டிருந்தது. ஒருபக்கம் ஆங்கிலேயர்கள் பெரும்பாலான பகுதிகளைச் சுற்றிவளைத்திருந்தார்கள்,

இன்னொருபக்கம் வேறு சில நாடுகளின் கட்டுப்பாட்டில் சில பகுதிகள், வேறொருபக்கம் சிறிய, நடுத்தர, பெரிய 'அரசர்'களுடைய கட்டுப்பாட்டில் பல பகுதிகள்.

இந்த மூன்றுவகையினருக்கும் ஓர் ஒற்றுமை: இவர்களில் யாரும் மக்களைப்பற்றிப் பெரிதாகக் கவலைப்படவில்லை; மிகச்சில அதிகாரிகள், அரசர்களைத்தவிரப் பெரும்பாலானோர் தங்களுடைய நன்மையைமட்டுமே கருத்தில் கொண்டார்கள்; அதற்குமேல் நேரமிருந்தால், மனமிருந்தால், போனால் போகிறது என்று மக்களுக்கு ஏதோ செய்தார்கள். அது போதவில்லை என்று யாராவது எதிர்த்துப்பேசினால் அடக்குமுறை, அடி, உதைதான்.

இப்படி ஓராண்டு, ஈராண்டு என்றால் பரவாயில்லை, தலைமுறை தலைமுறையாக அடிமைப்பட்டிருக்கும் மக்கள் என்ன செய்வார்கள்? ஆரம்பத்தில் எதிர்த்தவர்கள்கூடக் கொஞ்சம்கொஞ்சமாக 'நமக்கு இதுதான் வாழ்க்கை' என்று பணிந்துவிட்டார்கள்; அடிமைகளாகவே வாழப் பழகிக்கொண்டுவிட்டார்கள். பெரும்பான்மை மக்கள் இப்படிப் பணிந்துபோனபோதும், சில தலைவர்கள் அவர்களுக்கிடையில் முளைத்தார்கள். 'நாமும் மனிதர்கள்தானே? ஏன் இன்னொருவருக்குக்கீழே பணிந்து வாழவேண்டும்?' என்று சிந்தித்தார்கள். இந்தத் தளையிலிருந்து வெளியே வருவதுபற்றிப் பேசினார்கள், முயன்றார்கள்.

என்னமாதிரி முயற்சிகள்?

சில தலைவர்கள் ஆட்சியாளர்களிடமே இதுபற்றி உரையாட முயன்றார்கள். 'நீங்கள் எங்களை நடத்தும் விதம் சரியில்லை என்பது உங்களுக்கே தெரியும். ஒருவேளை, தெரியாவிட்டால், இப்போது சிந்தியுங்கள். எங்களுக்குத் தகுதியான உரிமைகளைக் கொடுங்கள்' என்று கேட்டார்கள்.

'ம்ஹூம், இப்படிக் கேட்டால் வேலை நடக்காது, அடித்துப் பிடுங்கவேண்டும்' என்றார்கள் வேறு சில தலைவர்கள். அதாவது, வன்முறையின்மூலம் எதிரியுடைய வலிமையை வெல்லவேண்டும், அவர்களை விரட்டிவிட்டு நம்முடைய

விடுதலையைப் பெறவேண்டும் என்பது இவர்களுடைய கருத்து.

ஆட்சியாளர்கள் இந்த இருவரையும் பெரிதாகப் பொருட்படுத்த வில்லை. அமைதியாகக் கோரிக்கை விடுக்கிறவர்களை அலட்சியப்படுத்தினார்கள், அல்லது, ஏதோ சில சிறு துண்டுகளை வீசினார்கள்; ரகசியமாக வன்முறைச்செயல்களில் ஈடுபடுகிறவர்களைத் தங்களுடைய படைபலத்தால் நசுக்கினார்கள்.

இப்படித் திரும்பத்திரும்பத் தோல்வியடைந்தபிறகும், நம் தலைவர்கள் மனம் தளரவில்லை. தொடர்ந்து முயன்றுகொண்டுதானிருந்தார்கள். உள்நாட்டில்மட்டுமில்லாமல் வெளிநாட்டிலும் ஆதரவு திரட்டினார்கள். அதன்மூலம், முழுமையாக இல்லாவிட்டாலும் இந்தியாவுக்கு ஓரளவேனும் விடுதலை கிடைக்கும் என்று நம்பினார்கள்.

இந்தப் போராட்டங்கள் எவற்றிலும் மக்கள் பெரிதாகப் பங்கேற்கவில்லை. தலைவர்கள், அவர்களால் தூண்டப்பட்ட தொண்டர்கள்தான் இவற்றை முன்னின்று வழிநடத்தினார்கள். மற்ற பாமர மக்களுக்கு அவர்களுடைய அன்றாடப் பணிகளைச் செய்வதே பெரிய சுமையாக இருந்தது; போராட்டத்துக்கெல்லாம் ஏது நேரம்?

இப்படிப்பட்ட சூழலில், காந்தியடிகள் என்கிற ஒரு தலைவர்மட்டும் அந்த மக்களைப்பற்றி அதிகம் சிந்தித்தார். அவர்களும் சேர்ந்து விடுதலைக்காகக் குரல் கொடுக்கவேண்டும்; அப்போதுதான் அது உண்மையான தேசப் போராட்டமாக இருக்கும் என்று நினைத்தார். முக்கியமான விஷயம், அவர் விரும்பியது அரசியல் விடுதலையை மட்டுமில்லை; அத்துடன் சமூக, பொருளாதார விடுதலையும் சேரும்போதுதான் உண்மையான முன்னேற்றம் சாத்தியப்படும் என்பது அவருடைய உறுதியான நம்பிக்கை.

அதாவது, அடிமைத்தனத்திலிருந்து விடுபடுவது ஓர் இலக்கு; அப்படி விடுபட்டபின் ஒவ்வொருவரும் சமூகத்தில் மதிப்புடன் பங்காற்றித் தங்களுடைய சொந்தக்காலில் குடும்பத்தை

வழிநடத்திச்செல்வதற்கான சூழலை உருவாக்கித்தரவேண்டும், மக்கள் பண்பட்ட மனத்துடன் தன்னலமில்லாமல் அனைவருடனும் இணைந்து பணியாற்றுகிற ஓர் இந்தியா மலரவேண்டும் என்றெல்லாம் அவர் விரும்பினார்.

அன்றைய ஏழை இந்தியா, வறுமை இந்தியா, அடிமை இந்தியாவைக் கருத்தில் கொண்டு பார்க்கும்போது, இது வெறும் கனவல்ல, மிகப்பெரிய கனவு; பேராசை என்றுகூடச் சொல்லிவிடலாம்.

ஆனால், அந்தத் தலைவருக்குத் தன்னுடைய கனவின்மீது நம்பிக்கையிருந்தது. 'அனைத்தையும் மாற்றலாம், அனைவரையும் மாற்றலாம், வாருங்கள்' என்று இந்தியர்களை அழைத்தார்.

என்ன வியப்பு! ஒட்டுமொத்த இந்தியாவும் அவருக்குப்பின்னே நடக்கத் தயாரானது. அதற்குமுன் யாரும் செய்யாத அளவுக்கு இந்நாட்டை ஒருங்கிணைத்த தலைவர் அவர். காரணம், அவர் விடுதலைக்காகமட்டும் போராடவில்லை; ஒவ்வொருவருடைய மகிழ்ச்சிக்காக, மனநிறைவுக்காகப் போராடினார்.

இன்றைக்குக் காந்தியின் கொள்கைகள் இந்தியாவில் மட்டுமில்லாமல் உலகம்முழுவதும் பேசப்படுகின்றன, ஆராயப்படுகின்றன, பின்பற்றப்படுகின்றன, அவற்றால் கிடைக்கும் சமூகப் பயன் வியந்து போற்றப்படுகிறது. மக்கள்மீது உண்மையான அக்கறையுடன் இதையெல்லாம் வகுத்துத் தொகுத்து, விவரித்து, முக்கியமாக அதேபோல் வாழ்ந்தும் காட்டிய அவரை எப்படிப் புகழ்ந்தாலும் தகும்.

ஆங்கிலேயர்கள் கிடக்கட்டும்; இந்தியர்களை மேம்படுத்துவதற்குக் காந்தி அப்படி என்னவெல்லாம் சொன்னார்? அவற்றை நாம் இன்றைக்கும் பின்பற்ற இயலுமா? அப்படிப் பின்பற்றினால் என்னவெல்லாம் நன்மைகள் விளையும்? அதில் வரும் தடைகளை எப்படித் தாண்டுவது? அதற்கும் காந்தியிடமே உதவி கிடைக்குமா?

2. அன்பின் ஆற்றல்

1932 ஜனவரி 4ம் தேதி. அதிகாலை 3மணி. பம்பாயில் மகாத்மா காந்தி கைதுசெய்யப்பட்டார். அருகிலுள்ள பூனாவுக்கு அழைத்துச்செல்லப்பட்டு, அங்குள்ள எரவாடா சிறையில் அடைக்கப்பட்டார்.

அடுத்த சில மாதங்கள் எரவாடா சிறையிலிருந்தார் காந்தி. மே 8ம் தேதி விடுதலைசெய்யப்பட்டார்.

சுமார் ஒன்றரையாண்டுகளுக்குப்பிறகு, 1933 ஆகஸ்ட் 1ம் தேதி, அதே பம்பாயில் காந்தியைக் கைதுசெய்தார்கள், அதே எரவாடா சிறையில் அடைத்தார்கள், ஆகஸ்ட் 23ம் தேதி விடுதலைசெய்தார்கள்.

இப்படி எரவாடா சிறையில் பல மாதங்கள் இருந்தார் காந்தி. அங்கிருந்தபடி தன்னுடைய சத்யாக்கிரக ஆசிரமத்துக்குக் கடிதங்கள் எழுதிவந்தார்.

அதென்ன சத்தியாக்கிரகம்?

காந்தி தென்னாப்பிரிக்காவில் இருந்தபோது உருவாக்கிய இந்தச் சொல்லின் பொருளைப் புரிந்துகொள்ளவேண்டுமென்றால், அப்போதைய தென்னாப்பிரிக்காவின் அரசியல்

பின்னணியைக் கொஞ்சம் தெரிந்துகொள்ளவேண்டும். அப்போதுதான் காந்தியடிகள் முன்னெடுத்த சத்தியாக்கிரகப் போராட்டத்திற்கான காரணம், அதன் சிறப்பு புரியும்.

1893ம் ஆண்டு, 24வயது வழக்கறிஞரான காந்தி தென்னாப்பிரிக்காவுக்குச் சென்றார். அங்கு அவர் சில மாதங்கள் தங்கி ஒரு வழக்கை முடித்துவிட்டுத் திரும்புவதாகத் திட்டம்.

ஆனால், அவரால் அப்படி உடனே திரும்பிவர இயலவில்லை. தன்னுடைய குடும்பத்தையும் தென்னாப்பிரிக்காவுக்கு வரவழைத்துக்கொண்டார். 1915ல்தான் அவர் நிரந்தரமாக இந்தியா திரும்பினார்.

ஒரு சிறு வழக்குக்காகத் தென்னாப்பிரிக்கா சென்ற காந்தி, இருபதாண்டுகளுக்குமேல் அங்கேயே தங்கிவிட்டது ஏன்? இந்தக் காலத்தில் வெளிநாடுகளுக்கு வேலைக்குச் செல்கிறவர்கள் நல்ல வருமானம் வருகிறது, வாழ்க்கைமுறை வசதியாக இருக்கிறது என்று அங்கேயே இருந்துவிடுகிறார்களே, அதைப்போல் காந்தியும் வழக்கறிஞர் தொழிலில் நல்ல வருமானத்துடன் வசதியாக இருந்துவிட்டாரா?

தென்னாப்பிரிக்காவில் காந்தி நன்றாகச் சம்பாதித்தது உண்மைதான். ஆனால், அவர் அங்கு தங்கியதற்குக் காரணம் வேறு.

காந்தி தென்னாப்பிரிக்காவுக்குச் சென்று சில மாதங்களுக்குப் பிறகு, அவர் ஒரு புகைவண்டியில் முதல்வகுப்புப் பெட்டியில் பயணம்செய்தார். அதே பெட்டியில் ஏறிய ஒரு வெள்ளையர், அவரை வெளியேறுமாறு கட்டளையிட்டார்.

‘நான் முறைப்படி முதல்வகுப்புப் பயணச்சீட்டு வாங்கியிருக்கிறேன். நான் ஏன் வெளியேறவேண்டும்?’ என்று யோசித்தார் காந்தி. வெள்ளையருடைய முறையற்ற கட்டளையை ஏற்க மறுத்துவிட்டார்.

இந்த விஷயத்தில் நியாயம் காந்தியின் பக்கம்தான் இருந்தது. ஆனால், அவருடைய நிறம் அவருக்குச் சாதகமாக இல்லை. முதல்வகுப்பிலிருந்து வலுக்கட்டாயமாக வெளியேற்றப்பட்டார்

காந்தி. அவருடைய பெட்டி, படுக்கைகளும் நடைமேடையில் வீசப்பட்டன.

ரயில் பயணத்துக்கும் நிறத்துக்கும் என்ன சம்பந்தம்? காந்தியை முதல்வகுப்புப் பெட்டியிலிருந்து வெளியேற்றும் உரிமை அந்த வெள்ளையருக்கு எப்படி வந்தது?

உங்கள் வகுப்பில் ஒரு மாணவர் கருநிறத்தோடு இருக்கிறார் என்று வைத்துக்கொள்வோம். மற்ற மாணவர்கள், அதாவது, வெண்ணிறத்தோல் உள்ளவர்கள் எல்லாரும் சேர்ந்துகொண்டு அவரைக் கேலிசெய்கிறார்கள், விளையாட்டில் அவரைச் சேர்த்துக்கொள்ள மறுக்கிறார்கள், வகுப்பில் தங்களுக்குப் பக்கத்தில் அவர் அமரக்கூடாது, தனியே இன்னோரிடத்தில்தான் அமரவேண்டும் என்கிறார்கள். இது சரியா?

நிச்சயமாகச் சரியில்லை. அவருடைய தோலின் நிறம் என்னவாக இருந்தால் என்ன? எல்லாரையும்போல் அவரும் ஒரு மாணவர். எல்லாருடனும் சேர்ந்து படிக்கிற, விளையாடுகிற உரிமை அவருக்குண்டு. அவரைத் தனியாக ஒதுக்கிவைப்பதும் அவமதிப்பதும் சரியில்லை.

உண்மைதான். ஆனால், உங்களுக்கிருக்கிற அந்தப் பரந்த மனநிலை, அனைவரையும் ஒன்றாகப் பார்க்கும் உள்ளம் அன்றைய தென்னாப்பிரிக்காவிலிருந்த வெள்ளையர்களுக்கு இல்லை. அவர்கள் காந்தியைப்போன்றவர்களை, அதாவது, தோலின் வண்ணம் கருப்பாக அமைந்தவர்களை மிகவும் இழிவுபடுத்தினார்கள், அவர்களுக்கு எந்த அரசியல், சமூக உரிமையையும் தர மறுத்தார்கள்.

தென்னாப்பிரிக்காவுக்குச் சென்ற காந்தி இதை நேரில் கண்டார், தானே அனுபவித்தார், அங்குள்ள மக்களுக்காகப் போராடவேண்டும், இந்நிலையை மாற்றவேண்டும் என்று தீர்மானித்தார். அவர்களுடைய தலைவராகத் தன்னலம் கருதாமல் போராடத்தொடங்கினார்.

இந்தப் போராட்டத்துக்காக அவர் தேர்ந்தெடுத்த ஆயுதம், *Passive Resistance*. அதாவது, எதிரியை அடித்துத் தாக்காமல்,

வன்முறையில்லாமல் அமைதியானமுறையில் எதிர்த்துநிற்பது. அவன் நம்மை அடித்தாலும், தாக்கினாலும் திருப்பி அடிக்காமல் துன்பங்களை ஏற்றுக்கொள்வது. அதன்மூலம் எதிரி தன்னுடைய தவறை உணர்ந்துகொள்ளச்செய்வது.

Passive Resistance என்ற பெயர் அந்தக் காலத்தில் பல குழப்பங்களை உண்டாக்கியது. அத்துடன், இந்தியர்களுடைய போராட்டத்துக்கு ஆங்கிலத்தில் பெயர் எதற்கு என்று யோசித்தார் காந்தி. இதற்காகப் போட்டியொன்றை அறிவித்தார், 'நம்முடைய போராட்டத்துக்கேற்ற ஒரு சிறந்த பெயரைச் சூட்டுபவர்களுக்குப் பரிசு வழங்கப்படும்.'

காந்தியின் அறிவிப்பைக் கண்ட பலரும் இந்தப் போட்டியில் கலந்துகொண்டார்கள். அவர்களில் ஒருவர், காந்தியின் உறவினரான மகன்லால். அவர் எழுதியனுப்பிய பெயர், 'சதாகிரகம்', இதன் பொருள், 'நல்ல நோக்கத்துக்காக உறுதியுடன் இருத்தல்.'

காந்திக்கு இந்தச் சொல் பிடித்திருந்தது. ஆனால், அது இந்தப் போராட்டத்தின் தன்மையை முழுமையாக வெளிப்படுத்துவதாகத் தோன்றவில்லை. ஆகவே, 'சதாகிரகம்' என்பதைச் 'சத்யாக்கிரகம்' என்று மாற்றினார்.

'சத்யா' என்றால் உண்மை, அது அன்பைக் குறிக்கிறது. 'ஆகிரகம்' என்றால் உறுதி, அது ஆற்றலைக் குறிக்கிறது. ஆகவே, 'உண்மை மற்றும் அன்பின் ஆற்றல், வன்முறையில்லா ஆற்றல்' என்ற பொருளில் தன்னுடைய இயக்கத்தைச் சத்தியாக்கிரகம் என்று அழைக்கத்தொடங்கினார் காந்தி. தென்னாப்பிரிக்காவில் பெருவெற்றி பெற்ற இந்த இயக்கம், பின்னர் காந்தி இந்தியாவுக்குத் திரும்பியபிறகு இந்தியாவிலும் புகழ்பெற்றது, வன்முறையில்லாத அன்பு வழியில் நமக்கு விடுதலை தேடித்தந்தது.

ஆக, 'சத்தியாக்கிரக ஆசிரமம்' என்பது, தென்னாப்பிரிக்காவிலிருந்து இந்தியா வந்தபின்னர் காந்தி அமைத்த ஒரு சமூகம், அன்பின் வழியைப் பின்பற்றும் கூட்டம். காந்திமீது ஆர்வம் கொண்ட பலரும் இந்த ஆசிரமத்தில் இணைய விரும்பினார்கள்.

ஆனால், 'அன்பின் வழி' என்று சொன்னால் எத்தனை பேருக்குப் புரியும்? இதைச் செய்யவேண்டும், இப்படிச் செய்யவேண்டும் என்று விளக்கவேண்டாமா? அப்போதுதானே இன்னும் அதிகப்பேர் சத்தியாக்கிரக வழியில் நடப்பார்கள்?

அந்தப் புனிதப் பணியைத்தான் எரவாடாவில் இருந்தபடி செய்தார் காந்தி. தன்னுடைய கடிதங்களின்மூலம் சத்தியாக்கிரக வழியை விளக்கிப் புரியவைத்தார்.

3. உண்மை பேசுவோம்

அன்பு வழியில் செல்லவிரும்புவோருக்குக் காந்தி வழங்கும் முதல் பண்பு, உண்மை!

வடமொழியில் இதைச் 'சத்தியம்' என்பார்கள். அதன் வேர்ச்சொல்லான 'சத்' என்பதன் பொருள், இருத்தல்.

இவ்வுலகில் இருப்பது உண்மை ஒன்றுதான். மற்ற ஏதும் உண்மையில் இல்லை என்கிறார் காந்தி.

கடவுள் எங்கும் இருக்கிறார் என்கிறோம். அவருக்குப் பல பெயர்களைச் சொல்லி அழைக்கிறோம், 'உலகின் தலைவர்' என்கிறோம், 'மன்னர்களுக்கெல்லாம் மன்னர்' என்கிறோம், 'அனைத்தையும்விட உயர்வானவர்' என்கிறோம், இப்படி இன்னும் பலவிதமாக அவரைச் சிறப்பித்து அழைத்து வணங்குகிறோம்.

அப்படிக் கடவுளின் பல பெயர்களில், விவரிப்புகளில் ஒன்றாக 'உண்மை'யைக் குறிப்பிடுகிறார் காந்தி. சொல்லப்போனால், கடவுளுடைய முதன்மையான பெயரே அதுதான், கடவுளுக்குச் சொல்லப்படும் பல பெயர்களையெல்லாம்விடச் சரியான, அவருக்கு முழுமையாகச் சிறப்புச்சேர்க்கிற பெயர் அதுதான் என்கிறார்.

கடவுள் உண்மையானவர் என்கிறோம். ஆனால், உண்மைதான் கடவுள் என்று சொல்வதே மிகச்சரியாக இருக்கும் என்று காந்திக்குத் தோன்றுகிறது.

அதேபோல், உண்மைதான் அறிவாகிறது. உண்மையை அறியாதவர்கள் அறியாமையில் உழல்கிறார்கள்.

அறிவு மலர்ந்துவிட்டால், மகிழ்ச்சி பிறக்கிறது. அங்கு சோகத்துக்கு இடமில்லை.

உண்மை நிலையானது. அதிலிருந்து கிடைக்கும் அறிவும், அந்த அறிவிலிருந்து கிடைக்கும் மகிழ்ச்சியும் நிலையானவை. யாராலும் எதனாலும் அவற்றை அழிக்க இயலாது.

விரைவில் அழியக்கூடிய ஒரு வீடு இருக்கிறது. பல்லாண்டு காலத்துக்கு நிலைத்திருக்கக்கூடிய வலுவான கோட்டையொன்று இருக்கிறது. இந்த இரண்டில் எதை நாம் தேர்ந்தெடுத்துக் குடியேறுவோம்?

எளிதில் அழிந்துவிடக்கூடிய இடத்தைவிட, என்றென்றும் நிலைத்திருக்கிற இடத்தைத்தான் தேர்ந்தெடுப்போம். அதைப்போல, நிரந்தரமான உண்மையைத்தான் நாம் பின்பற்றவேண்டும். அந்தப் பின்பற்றுதல்தான் நம்முடைய வாழ்க்கையின் ஒரே நோக்கம். நம்முடைய செயல்பாடுகள் அனைத்தும் உண்மையைச் சுற்றியே அமையவேண்டும். அதுவே நம் மூச்சுக்காற்றாக இருக்கவேண்டும்.

இந்த ஒன்றைச் சரியாகச் செய்துவிட்டால், அன்பு வழிக்கான மற்ற விதிமுறைகள் எல்லாம் சரியாக அமைந்துவிடும் என்று வலியுறுத்துகிறார் காந்தி. அதாவது, நாம் உண்மையைப் பின்பற்றினால், மற்ற விதிமுறைகளைத் தானே பின்பற்றுவோம், அதற்காக நாம் மெனக்கெட்டுச் சிரமப்படவேண்டியிருக்காது.

மாறாக, உண்மையைப் பின்பற்றாதவன் வாழ்க்கையில் வேறு எந்த விதிமுறைகளையும் பின்பற்ற இயலாமல் சிரமப்படுவான். ஒருவேளை பின்பற்றினாலும், உண்மை இல்லாதவரையில் அவற்றால் எந்தப் பலனும் கிடைக்காது.

காந்தி தன்னுடைய வாழ்க்கையைத் தன்வரலாறாக எழுதியபோது, அதற்குச் 'சத்தியசோதனை' என்று பெயர்சூட்டினார். ஏனெனில், அவர் பின்பற்றிய பல கொள்கைகளுக்கு உண்மைதான் அடிப்படை.

உண்மை என்பது என்ன?

'இந்தக் கேள்விக்குப் பதில் சொல்வது சிரமம்' என்கிறார் காந்தி. 'ஆனால், என்னைப் பொறுத்தவரை நான் இந்தப் புதிரை இப்படி விடுவிக்கிறேன்: எனக்குள் இருக்கிற குரல் எனக்கு என்ன சொல்கிறதோ அதுதான் உண்மை.'

நமக்குள் ஒரு குரல் கேட்குமா? இது உண்மை, இது உண்மையில்லை என்று பகுத்துச் சொல்லுமா? அது யாருடைய குரல்?

ஒரு சிறுவன் பள்ளி மைதானத்தில் நடந்துசென்றுகொண்டிருந்தான். தரையில் நூறு ரூபாய்த் தாளொன்றைப் பார்த்தான். சட்டென்று அதை எடுத்துச் சட்டைப்பையில் போட்டுக்கொண்டுவிட்டான்.

இப்போது, அவனுக்குள் ஓர் ஐயம் வந்தது. ஒருவேளை, அவன் அந்தப் பணத்தை எடுத்ததை யாராவது பார்த்திருப்பார்களோ?

அச்சத்துடன் சுற்றிலும் பார்த்தான் அவன். யாரையும் காணவில்லை.

ஆகவே, அவன் மகிழ்ச்சியுடன் தொடர்ந்து நடந்தான். அந்தப் பணத்தை எப்படியெல்லாம் செலவுசெய்யலாம் என்று கற்பனைசெய்யத் தொடங்கினான்.

ஆனால், சிறிது நேரத்தில் அவனுக்குள்ளிருந்து ஒரு தயக்கம். சட்டைப்பையிலிருந்த பணத்தை எடுத்துப் பார்த்தான். அதைத் தான் செலவுசெய்வது சரியில்லை என்று தோன்றியது. நேராகத் தலைமையாசிரியர் அலுவலகத்துக்குச் சென்றான், நடந்ததைச் சொல்லி அந்தப் பணத்தைக் கொடுத்துவிட்டான்.

இது ஏதோ கற்பனைக்கதை இல்லை. சாலையில் கிடந்த பணத்தைக் காவல்துறையில் ஒப்படைத்த பெண், வாடகை வண்டியில் வாடிக்கையாளர் விட்டுச்சென்ற நகைகளைத்

தேடிப்பிடித்துத் திருப்பியளித்த ஓட்டுநர் என்றெல்லாம் நாள்தோறும் செய்திகளைப் படிக்கிறோம். இதெல்லாம் ஏன் நடக்கிறது? மாட்டிக்கொண்டுவிடுவோம் என்கிற அச்சத்தாலா?

இல்லை. அந்தப் பையன் அந்தப் பணத்தை எடுத்துக்கொண்டதை யாரும் பார்க்கவில்லை. ஆனால், அவனுடைய மனம் பார்த்திருந்தது. அந்த உறுத்தலினால்தான் அவன் பணத்தைத் திருப்பிக்கொடுத்தான்.

அதனால்தான், 'மனசாட்சி' என்றொரு சொல் அமைந்திருக்கிறது. நாம் செய்கிற அனைத்துக்கும் மனம் சாட்சியாக இருக்கிறது. அதற்குத் தெரியாமல் நாம் எதையும் செய்ய இயலாது. ஒருவேளை நாம் தவறுசெய்துவிட்டால், அதை மனமே சுட்டிக்காட்டும், திருந்தும்வரை விடாது.

> 'தன் நெஞ்சு அறிவது பொய்யற்க, பொய்த்தபின்
> தன் நெஞ்சே தன்னைச் சுடும்'

என்கிறார் திருவள்ளுவர். நம்முடைய மனம்தான், ஆனால், அது நம்முடைய பொய்க்குத் துணையாக நிற்காது. ஒருவேளை நாம் பொய் பேசினால், சுடும். 'உண்மை பேசு' என்று நம்மைத் துன்புறுத்தும்.

ஏனெனில், உண்மைதான் மனித இயல்பு. உண்மைதான் நாம் பின்பற்றவேண்டிய முதற்கொள்கை. உண்மைதான் நமக்கு அறிவையும் மகிழ்ச்சியையும் தரப்போகும் வழி. உண்மையாகிய இனிய பழம் இருக்கும்போது யாராவது பொய்யென்னும் காயை உண்பார்களா?

4. மனத்தில், மொழியில், செயலில் உண்மை

வருண் ஒரு பெரிய அலுவலகத்தில் வேலை செய்து கொண்டிருந்தார், அவருடைய மேலாளர் அருண்.

ஒருநாள், தேநீர் அருந்துவதற்காக அவர்கள் அலுவலகத்திலிருந்து வெளியில் வந்தார்கள். ஏதோ பேசியபடி சாலையில் நடந்துகொண்டிருந்தார்கள்.

சற்றுத்தொலைவில் முதியவர் ஒருவர் சாலையைக் கடக்க இயலாமல் சிரமப்பட்டுக்கொண்டு நின்றார். அவரைப் பார்த்தவுடன், வருண் விறுவிறுவென்று ஓடினார். அந்த முதியவருடைய கையைப் பிடித்து மெதுவாக அழைத்துச்சென்று சாலையின் மறுபக்கத்தில் விட்டார், 'ரொம்ப நன்றிங்க' என்று கைகூப்பினார் அந்த முதியவர்.

'இருக்கட்டும்ங்க, பரவாயில்லை, கவனமாப் பார்த்து வீட்டுக்குப் போங்க' என்று சிரித்தார் வருண். சாலையைக் கடந்து அருணிடம் வந்தார்.

'நீ செஞ்சது ரொம்ப நல்ல விஷயம் வருண்' என்று பாராட்டினார் அருண். 'உன்னை எவ்வளவு புகழ்ந்தாலும் தகும்!'

‘இதுக்கு எதுக்கு சார் என்னைப் பாராட்டறீங்க? நான் என்னோட கடமையைத்தான் செஞ்சேன்’ என்றார் வருண்.

ஆனால், உண்மை அதுதானா?

அடுத்த மாதம், அவர்களுடைய அலுவலகத்தில் பலருக்குப் பதவி உயர்வுகள் அறிவிக்கப்படும். வருணுக்குப் பதவி உயர்வு கிடைக்குமா, கிடைக்காதா என்பது அவருடைய மேலாளர் அருணின் கையில்தான் இருக்கிறது.

அதனால்தான், அருணிடம் நல்ல பெயர் எடுக்கவேண்டும் என்பதற்காக அந்த முதியவருக்கு ஓடிச்சென்று உதவினார் வருண். அதற்காக அருண் அவரைப் பாராட்டியபோது, கூச்சப்படுவதுபோல் நடித்தார்.

இங்கு கவனிக்கவேண்டிய விஷயம், வருண் வெறுமனே சொற்களால்மட்டும் பொய்பேசவில்லை, எண்ணத்தாலும், செயலாலும் பொய்பேசியிருக்கிறார்.

‘பொதுவாக, உண்மையைப் பின்பற்றுவது என்றால், உண்மையைப் பேசுவது என்றுதான் எல்லாரும் நினைக்கிறார்கள். ஆனால், உண்மைக்கு இன்னும் விரிவான பொருள் உண்டு’ என்கிறார் காந்தி. ‘எண்ணத்தில் உண்மை வேண்டும், பேச்சில் உண்மை வேண்டும், செயலில் உண்மை வேண்டும்!’

‘நான் எப்போதும் அரசாங்கத்துக்கு ஒழுங்காக வரி செலுத்திவிடுவேன்’ என்கிறார் ஒருவர். அதன்படி வரியும் செலுத்திவிடுகிறார்.

அவருடைய நண்பர் ஒருவர் அப்படியில்லை, ஏதேதோ தந்திரங்களைச் செய்து வரியைக் குறைவாகச் செலுத்துகிறார். அதாவது, அரசாங்கத்தை ஏமாற்றுகிறார்.

இதனால், முதல் நண்பருக்கு மிகவும் வருத்தம். ‘அவரைப்போல் நாமும் வரி ஏய்க்கக் கற்றுக்கொண்டால் நிறையப் பணம் மிச்சமாகுமே, நம் வீட்டுக்குப் புதிதாக ஒரு தொலைக்காட்சிப்பெட்டி வாங்கலாமே’ என்று ஏங்குகிறார். ஆக, ‘வரியை ஒழுங்காகச் செலுத்துவேன்’ என்கிற அவருடைய

சொல்லில் உண்மை இருக்கிறது, செயலில் உண்மை இருக்கிறது, ஆனால், எண்ணத்தில் உண்மை இல்லை. அதனால், அவர் உண்மையை முழுமையாகப் பின்பற்றுவதில்லை.

உண்மையைப் பின்பற்றுவதால் நமக்கு எத்தனை சிரமங்கள் வந்தாலும் சரி, அத்தனையையும் பொறுத்துக்கொள்ளவேண்டும், எக்காரணத்துக்காகவும் பொய் சொல்லக்கூடாது, பொய்யாக நடந்துகொள்ளக்கூடாது என்பதுதான் காந்தியின் வழி. அதாவது, நமக்கு வசதியான நேரத்தில் உண்மையைப் பேசிவிட்டுச் சிரமங்கள் வரும்போது பொய்யிடம் தஞ்சம் புகுந்துவிடக்கூடாது. அப்படிச் செய்தால், தொடக்கத்தில் உண்மை பேசியபோதும் நாம் உண்மையாக இல்லை என்று பொருள்.

ஒருவருக்கு நாள்தோறும் 500 ரூபாய் சம்பளம். ஒருநாள், அவருக்குத் தவறாக 510 ரூபாய் தரப்பட்டது. அவர் ஏதும் பேசாமல் அதைச் சட்டைப்பையில் போட்டுக்கொண்டு சென்றுவிட்டார்.

அடுத்த நாள், அவருக்கு 490 ரூபாய்தான் தரப்பட்டது. இப்போது அவர் சும்மா இருக்கவில்லை, சம்பளம் வழங்கும் அதிகாரியிடம் சென்று விசாரித்தார், 'எனக்குப் பத்து ரூபாய் சம்பளம் குறைவாகத் தந்திருக்கிறீர்களே, ஏன்?'

அந்த அதிகாரி சிரித்தார், 'நேற்று உங்களுக்குப் பத்து ரூபாய் அதிகமாகத் தந்தோம். அப்போது நீங்கள் எதுவும் பேசவில்லை. இப்போது பத்து ரூபாய் குறைவாகத் தந்தவுடன்தான் வாயைத் திறக்கிறீர்கள்.'

அந்த மனிதர் உண்மையின்பக்கம் நிற்கிறவராக இருந்திருந்தால், பத்து ரூபாய் அதிகமாகக் கிடைத்தபோதே அதிகாரியிடம் சென்று உண்மையைச் சொல்லியிருப்பார், பத்துரூபாயைத் திரும்பத் தந்திருப்பார். அப்போது சும்மா இருந்துவிட்டுப் பின்னர் தனக்கு இழப்பு ஏற்படும்போதுமட்டும் வாயைத்திறப்பது எப்படி முழு உண்மையாகும்? ஆனால், நம்மைச்சுற்றிப் பலரும் பொய்யாக நடந்துகொள்ளும்போது, நாம் மட்டும்

உண்மையாக நடந்துகொள்வது எப்படி? அதனால் என்ன பயன் விளைந்துவிடும்? எல்லாரும் நம்மைக் கேலிதானே செய்வார்கள்?

இந்தக் கேள்விக்கு, காந்தி அழகாகப் பதில் சொல்கிறார்: இவ்வுலகில் பொய்பேசுகிறவர்கள், பொய்யாக நடந்துகொள்கிறவர்கள் இருப்பார்கள், அவர்களைப் பார்த்து நாமும் பொய்யின்பக்கம் சென்றுவிட்டால், உலகில் பொய்யின் சதவிகிதம் அதிகரிக்குமா? குறையுமா?

ஆக, பலரும் பொய் பேசுகிறார்கள் என்றால், நாமும் பொய்பேசவேண்டும் என்று பொருளில்லை, அப்போதுதான் நாம் இன்னும் வலுவாக உண்மையைப் பேசவேண்டும், உண்மையாக நடந்துகொள்ளவேண்டும், அதன்மூலம் பொய்யின் அளவைக் குறைத்து உண்மையின் அளவை அதிகரிக்கவேண்டும், அது நம்முடைய கடமை.

எனவே, சோம்பேறித்தனத்தாலோ, அறியாமையினாலோ நாம் பொய்யின் வழியில் சென்றுவிடக்கூடாது என்று அறிவுறுத்துகிறார் காந்தி. 'எல்லாச் சூழ்நிலைகளிலும் நாம் மிகுந்த கவனத்துடன், எச்சரிக்கையுடன் இருக்கவேண்டும். ஒவ்வொரு கணமும் உண்மையைப் பின்பற்றவேண்டும். நாம் உண்மை என்று நம்புகிறவற்றை அச்சமின்றிப் பின்பற்றவேண்டும்.'

ஒருவேளை, அப்படி உண்மையைப் பின்பற்றுவதால் நமக்குச் சில இழப்புகள் நேரலாம், பொய்யைப் பின்பற்றுகிறவர்களுக்குச் சில நன்மைகள் விளையலாம், ஆனால், அவையெல்லாம் உண்மையின் பாதையிலிருந்து விலகுவதற்குச் சாக்குப்போக்காகிவிடாது. ஏனெனில், இவ்வுலகில் உண்மையையன்றி இன்னொரு பாதை இல்லை, உண்மைதான் கடவுள், கடவுள்தான் உண்மை.

5. உலகமே நம் குடும்பம்!

உண்மை என்பது நேரான, மிகக் குறுகலான பாதை என்கிறார் காந்தி.

இதை அப்படியே மனத்துக்குள் கற்பனை செய்துபாருங்கள். ஒரு பாதை சிறிதும் அந்தப் பக்கமோ இந்தப் பக்கமோ வளையாமல் தொடர்ந்து நேராகவே செல்கிறது; அந்தப் பாதைக்குள்ளேயேகூட நீங்கள் அங்கும் இங்கும் விலகிச் செல்ல இயலாது, அந்த அளவுக்கு அது மிகக் குறுகலாகவும் இருக்கிறது.

உண்மையும் அப்படித்தான், அதில் சமரசங்களுக்குக் கொஞ்சமும் இடமில்லை, குழப்பங்களுக்கும் இடமில்லை, உண்மைமட்டும்தான் உண்மை, மற்ற எல்லாம் உண்மையில்லை.

இதைச் சொல்வது எளிது, பின்பற்றுவது கடினம். ஒவ்வொரு கணமும் விழிப்போடு இருந்தால்தான் உண்மையின் பாதையில் நடக்க இயலும், அக்கம்பக்கத்திலிருக்கும் கவனச்சிதறல்களால் தடுமாறிவிடாமல் ஒழுங்காக முன்னேற இயலும்.

உண்மைக்கு அடுத்தபடியாகக் காந்தி சொல்லுகின்ற இரண்டாவது பண்பாகிய ‘அகிம்சை’யும் அதேபோன்றதொரு நேரான, குறுகலான பாதைதான். சொல்லப்போனால், இந்தப் பாதை கத்தியின் விளிம்பில் நடப்பதைப்போன்றது என்கிறார் காந்தி.

முன்பெல்லாம் நம் ஊர்த் தெருக்களில் 'கழைக்கூத்து' என்ற பொழுதுபோக்கு நிகழ்ச்சி நடைபெறும். மூங்கில்களை நட்டுவைத்து, அவற்றின் மத்தியில் ஒரு கயிற்றைக் கட்டுவார்கள்; கழைக்கூத்தாடிகள் அந்தக் கயிற்றில் கவனமாக நடந்துகாட்டுவார்கள்; கூட்டம் வியப்பாகப் பார்த்துக் கைதட்டும்.

அவர்கள் ஏன் கைதட்டுகிறார்கள்?

நாமெல்லாம் அகன்ற பாதைகளில் வசதியாக நடந்து பழக்கப்பட்டவர்கள். ஆகவே, கழைக்கூத்தாடிகள் அந்தச் சிறு கயிற்றில் நடப்பதைப் பார்த்து வியக்கிறோம்.

கத்தியின் விளிம்பில் நடப்பது, கழைக்கூத்தாடுவது போன்றவற்றையெல்லாம்விட அகிம்சையின் பாதையில் நடப்பது கடினமானது, ஆபத்தானது என்கிறார் காந்தி. 'கொஞ்சமே கொஞ்சம் கவனம் சிதறினாலும் போதும், சட்டென்று கீழே விழுந்துவிடுவோம்!'

அகிம்சையைப் பின்பற்றுவது எப்படி என்று பார்ப்பதற்குமுன்னால், அகிம்சை என்பது என்ன?

பிறரைத் துன்புறுத்துவதை 'இம்சை' என்பார்கள். அதன் எதிர்ப்பதம்தான் 'அகிம்சை', அதாவது, பிறரைத் துன்புறுத்தாமலிருத்தல். ஆனால், இந்த வரையறையைக் காந்தி முழுமையானதாக ஏற்றுக்கொள்ளவில்லை. 'அகிம்சையில் பல அம்சங்கள் இருக்கின்றன, அவற்றில் ஒன்றுதான் பிறரைத் துன்புறுத்தாமலிருத்தல், சொல்லப்போனால், அகிம்சையின் மிகச்சிறிய வெளிப்பாடுதான் அது' என்கிறார் அவர்.

வருத்தமான விஷயம், அந்த மிகச்சிறிய வெளிப்பாட்டைக்கூடப் பலர் பின்பற்றுவதில்லை. தெரிந்தும் தெரியாமலும் சக மனிதர்களை, உயிர்களை, இயற்கையைத் துன்புறுத்திக் கொண்டிருக்கிறார்கள்.

எடுத்துக்காட்டாக, ஒருவர் தன்னுடைய வண்டியை இன்னொருவருக்கு விற்கிறார், அதில் இருக்கும் குறைகளைச்

சொல்லாமல் மறைத்துவிடுகிறார், அதில் இல்லாத சிறப்புகளையெல்லாம் சேர்த்துச்சொல்கிறார், அதன்மூலம் அந்தச் சுமாரான வண்டிக்கு அதிகப் பணத்தைப் பெறுகிறார், அதை எண்ணி மகிழ்கிறார்.

இவரைப் பொறுத்தவரை, இவருடைய வண்டி அதிக விலைக்கு விற்கப்பட்டுவிட்டது; இவருடைய வங்கிக்கணக்கில் கூடுதலாகப் பணம் சேர்ந்துவிட்டது; ஆகவே இவருக்கு மகிழ்ச்சி உண்டாகிறது.

அதேசமயம், குறைகளுள்ள அவருடைய வண்டியை அதிகப் பணம் கொடுத்து இன்னொருவர் வாங்கியிருக்கிறார்; அதனால் அவருக்கு உடனடியாக ஏற்பட்டிருக்கிற பொருளிழப்பு ஒருபுறமிருக்க, பின்னால் அந்த வண்டியைப் பழுதுபார்ப்பதற்காகவும் அவர் நிறையப் பணத்தைச் செலவழிக்கவேண்டியிருக்கும். முக்கியமான நேரத்தில் வண்டி சரியாக ஓடாவிட்டால் வேறு பல பிரச்னைகளையும் அவர் சந்திக்கக்கூடும்.

வண்டியை விற்றவர் இதையெல்லாம் சிந்திப்பதில்லை; இன்னொருவருக்கு இதனால் துன்பம் வருமே என்று வருந்துவதில்லை. காரணம், தன்னைப்போலவே அவரும் ஒரு மனிதர்தான் என்பதையே இவர் நினைப்பதில்லை; ஆகவே, அவருக்கு வரக்கூடிய துன்பம் இவருக்குப் பாதிப்பை உண்டாக்குவதில்லை.

ஒருவேளை இவர் இந்த வண்டியைத் தன்னுடைய நெருங்கிய நண்பர் அல்லது உறவினருக்கு விற்கிறார் என்று வைத்துக்கொள்வோம். அப்போது ஏமாற்றத்தோன்றுமா? அதிக லாபத்துக்காகப் பொய்சொல்லத்தோன்றுமா? 'என் நண்பர், என் குடும்பத்தினருக்கு நஷ்டம் ஏற்படக்கூடாது' என்று நினைத்து உண்மையாக நடந்துகொள்வாரல்லவா?

அந்தச் சிந்தனையை ஒட்டுமொத்த உலகத்துக்கும் நீட்டிக்கவேண்டும். மற்றவர்கள், மற்ற உயிர்கள், பொருட்கள் என்று நாம் நினைப்பவையெல்லாம் நாம்தான், நம்முடைய

பகுதிகள்தான், நம்முடைய குடும்பத்தினர்தான், அவர்கள் எல்லாரும் நன்றாக இருக்கவேண்டும் என்று நினைப்பவர் தானாக அகிம்சையின்பக்கம் வருவார்.

ஒருவர் கடையில் இனிப்பை வாங்கிச் சாப்பிடுகிறார்; அதன் உறையைத் தெருவில் வீசுகிறார். காரணம், அந்தக் குப்பையின்மீது நடக்கப்போகிற சக மனிதர்கள்மீது அன்பில்லை, அதைப் பொறுக்கப்போகும் இன்னொரு மனிதர்மீது அன்பில்லை, இயற்கைமீது அன்பில்லை, ஊர்மீது அன்பில்லை, அவ்வாறு அன்பிருந்தால் அந்த ஊரைக் குப்பையாக்குவாரா?

ஆக, 'நான் யாரையும் தடியெடுத்துத் தாக்கவில்லை; ஆகவே, நான் பிறர்மீது அன்புசெலுத்துகிறேன்; அகிம்சையைப் பின்பற்றுகிறேன்' என்று சொல்லிவிட இயலாது. அதனால்தான் அகிம்சைக்குப் பல வெளிப்பாடுகள் உண்டு என்றார் காந்தி: தீய எண்ணங்களை அகற்றுவது, தேவையில்லாத பரபரப்பை விடுவது, பொய்சொல்லாமலிருப்பது, பிறரை வெறுக்காமலிருப்பது, பிறருக்குக் கெடுதல் வரவேண்டுமென்று மனத்தாலும் எண்ணாமலிருப்பது, பிறருக்குத் தேவையானவற்றை நாம் வைத்துக்கொள்ளாமலிருப்பது... இவற்றையெல்லாம் ஒவ்வொருவரும் பின்பற்றினால், ஒட்டுமொத்தச் சமூகமும் நன்றாக இருக்கும், அனைவரும் உண்மையின் பாதையில் நடக்கலாம்.

'அகிம்சையும் உண்மையும் ஒரே நாணயத்தின் இரு பக்கங்கள்' என்கிறார் காந்தி. 'அகிம்சை என்னும் வழியைப் பயன்படுத்தினால், உண்மை என்னும் இடத்துக்குச் சென்றுசேரலாம். ஆகவே, அகிம்சைதான் நம்முடைய முதன்மையான கடமை!'

௬. பொறுமை அவசியம்

முற்காலத்தில் ஒருவர், ‘உண்மை’யைத் தேடினாராம். அதற்காகப் பல விஷயங்களைச் சிந்தித்தாராம். இப்படி அவர் தன்னைத்தானே கேட்டுக்கொண்ட ஒரு கேள்வி: என்னைத் துன்பப்படுத்துகிறவர்களை நான் என்ன செய்யவேண்டும்? மன்னித்துவிடவேண்டுமா, அல்லது, அழித்துவிடவேண்டுமா?

அவர் எவ்வளவோ யோசித்தும் இந்தக் கேள்விக்குச் சரியான பதில் கிடைக்கவில்லை. ஆகவே, தன்னைச்சுற்றியிருக்கிற மற்றவர்களைக் கவனிக்கத்தொடங்கினார்.

சிலர், தங்களுக்குத் துன்பம் தருகிறவர்கள்மீது சினம் கொண்டார்கள். ‘உன்னை என்ன செய்யறேன் பார்’ என்று அவர்கள்மீது பாய்ந்து அவர்களை அழித்துவிட்டு மகிழ்ந்தார்கள்.

ஆனால், அந்த மகிழ்ச்சி தாற்காலிகமானதாகவே இருந்தது. அவர்கள் உண்மையின் பாதையில் அதிகத் தூரம் முன்னேறவில்லை.

வேறு சிலர், தங்களுக்கு வரும் துன்பங்களைப் பொறுத்துக்கொண்டார்கள்; அந்தத் துன்பங்களை யார் உண்டாக்கினார்களோ அவர்களை மன்னித்துவிட்டார்கள்;

அவர்கள்மீது சினம் கொள்ளவில்லை; அவர்களை அழிக்கவில்லை.

இப்படிப் பிறர் தங்களுக்குத் துன்பம் தந்தாலும் தாங்கள் அவர்களைத் துன்பப்படுத்துவதில்லை என்பதில் உறுதியோடு இருந்தவர்கள், உண்மையின் பாதையில் முன்னேறினார்கள், பிறரையும் தங்களோடு அழைத்துச்சென்றார்கள்.

இதைக்கண்டபோது, உண்மையைத் தேடிய அறிஞருக்குப் பல விஷயங்கள் புரிந்தன: உண்மையென்பது வெளியில் இல்லை; நமக்குள்தான் இருக்கிறது. பிறர்மீது சினம் கொண்டு வன்முறையைச் செயல்படுத்தும்போது, அவர்களுக்குக் கெடுதல் செய்யும்போது, நாம் உண்மையின் பாதையிலிருந்து விலகிச்செல்கிறோம். வெளியிலிருக்கிற எதிரியை அழிப்பதாக நினைத்துக்கொண்டு, நமக்குள்ளிருக்கிற எதிரியை வலுவாக்கிவிடுகிறோம்.

நமக்குத் துன்பம்தந்த ஒருவர்மீதே வன்முறையைச் செலுத்தாமலிருக்கப் பழகிவிட்டோமென்றால், மற்ற மனிதர்கள், உயிர்கள்மீது வன்முறையின்றி இருப்பது இன்னும் எளிதாகிவிடும். இம்சைப் பாதையிலிருந்து அகிம்சைப் பாதைக்கு மாறிவிடலாம்.

பொதுவாக, மனிதர்கள் யாரும் பிறருக்குத் துன்பம் தர விரும்புவதில்லை. எல்லார்மீதும் அன்பாக இருக்கவேண்டும் என்றுதான் நினைக்கிறார்கள், அதன்படி நடக்கிறார்கள்.

ஆனால், அதே மனிதர்களுக்கு யாராவது துன்பம் தருகிறார் என்று வைத்துக்கொள்வோம், அவர்களுக்குள் இருந்த சமநிலையெல்லாம் போய்விடுகிறது, பழிக்குப் பழி வாங்குகிறேன் பார் என்று பாய ஆரம்பித்துவிடுகிறார்கள், அமைதியானவர்களுக்குக்கூடச் சினம் வருகிற நேரம் இது.

அதேசமயம், கண்ணுக்குக் கண், பல்லுக்குப் பல் என்று எல்லாரும் பழிவாங்கத் தொடங்கினால், இந்தச் சுழல் எங்கு சென்று நிற்கும்? உலகில் ஒருவராவது கண்ணோடும் பல்லோடும் இருப்பார்களா?

ஆக, இந்த வன்முறைச் சுழலை யாராவது ஒருவர் நிறுத்தியாகவேண்டும். அதனால் மிகப்பெரிய நன்மை உண்டு எனும்போது, அப்படி நிறுத்துகிறவர் ஏன் நாமாக இருக்கக்கூடாது?

உங்கள் வீட்டில் ஒருவர் திருடுகிறார் என்று வைத்துக்கொள்வோம், நீங்கள் என்ன செய்வீர்கள்?

அந்தத் திருடரைப் பிடித்துவைத்து அடிப்பீர்கள், அவரைக் காவல்துறையிடம் ஒப்படைப்பீர்கள், அவருக்குப் பெரிய தண்டனை கிடைக்கவேண்டும் என்று நினைப்பீர்கள்.

இதனால் அந்தத் திருடர் பாதிக்கப்படுவார், அவருடைய திருடும் குணம் மாறுமா? நாளைக்கே அவர் இன்னோர் இடத்திற்குச் சென்று திருடத்தானே செய்வார்? அதனால் இன்னொருவர் பாதிக்கப்படுவார்தானே? அந்த இன்னொருவரும் மனிதர்தானே? அவருக்குப் பாதிப்பு ஏற்படும்படி நாம் விடலாமா?

ஆக, திருடரைத் தண்டிப்பதால் திருட்டு குறைந்துவிடாது, அதிகமாகத்தான் செய்யும். அதற்குப்பதிலாக, நாம் திருட்டினால் வரும் துன்பங்களைப் பொறுத்துக்கொள்ளலாம், திருடியவரைத் தண்டிக்காமல் மன்னித்துவிடலாம், அதன்மூலம் திருட்டை நிறுத்தலாம் என்கிறார் காந்தி.

திருடியவரைத் தண்டித்தாலே ஊரில் திருட்டு குறையவில்லை, மன்னித்தால் எப்படிக் குறையும்?

ஒருவர்மீது நாம் சினம் கொண்டால், அவருக்கும் நம்மீது சினம் வரும். அதேபோல், அவர்மீது நாம் அன்பு காட்டினால், அவரும் நம்மீது அன்பு காட்ட விரும்புவார். அதுதான் மனித இயல்பு.

எடுத்துக்காட்டாக, ஆனந்தனுடைய பணத்தை ரமேஷ் திருடிவிடுகிறார். இதனால் ஆனந்தன் சினம் கொண்டு ரமேஷைத் தாக்குகிறார். உடனே, ரமேஷும் ஆனந்தனைத் தாக்குகிறார். அங்கிருந்து தப்பிச்சென்று இன்னொருவரிடம் திருடுகிறார்.

அதற்குப் பதிலாக, ஆனந்தன் ரமேஷை மன்னித்துவிடுகிறார். 'பரவாயில்லை, யாராவது காரணமில்லாமல் திருடுவார்களா? உனக்கு ஏதோ பணத்தேவை இருக்கிறது, அதனால்தான் திருடியிருக்கிறாய், இந்தப் பணத்தை நீயே வைத்துக்கொள்' என்று சொல்லிவிடுகிறார்.

இப்போது ரமேஷ், ஆனந்தனைத் தாக்கப்போவதில்லை. ஆனந்தனுடைய மன்னிக்கும் குணம் அவருடைய கல்மனத்தைக் கரைத்துவிடும். உடனடியாக இல்லாவிட்டாலும், காலப்போக்கில் ரமேஷ் திருடும் பழக்கத்தை விடுவதற்கு வாய்ப்பிருக்கிறது.

ஆக, 'ஒரு கன்னத்தில் அடித்தவனுக்கு இன்னொரு கன்னத்தைக் காட்டு' என்கிற சொற்றொடர் அப்பாவிகளுடைய, கோழைகளுடைய வழி இல்லை; இந்த நிலைத்த நன்மையை மனத்தில் வைத்துச் சொல்லப்பட்டதுதான்!

இதைப் பின்பற்றுவதன்மூலம் நமக்குப் பல துன்பங்கள் வரலாம்; அவற்றையெல்லாம் பொறுத்துக்கொண்டு அகிம்சைக்கொள்கையில் உறுதியாக இருப்பதற்கு நிறையப் பொறுமை வேண்டும். எல்லாரும் இம்சைப்பாதையில் சென்றாலும் பரவாயில்லை, நான் மாறமாட்டேன், என்னுடைய பொறுமையினால், அன்பினால் பிறரை மாற்றுவேன், இப்படி ஒவ்வொருவராக மாற்றி இந்த உலகம்முழுவதையும் என் நண்பர்களாக்கிக்கொள்வேன் என்று நினைக்கிற மனம் வேண்டும்.

அகிம்சைவழியைப் பின்பற்றுகிறவர்கள் என்னதான் துன்பப்பட்டாலும், அவர்களுக்குள் அமைதி இருக்கும் என்கிறார் காந்தி. இதன்மூலம் அவர்களுடைய துணிவு அதிகரிக்கும், தங்கள் கடமையை உணர்வார்கள், கர்வம் குறையும், பணிவு வரும், உள்ளுக்குள்ளிருக்கிற தீமை கொஞ்சம்கொஞ்சமாகக் காணாமல் போகும்.

பரபரப்பான இன்றைய உலகில், காந்திவழியும் அகிம்சையும் பழங்காலப் பேச்சுகளாகத் தோன்றலாம். அவற்றைப் பின்பற்றுகிறவர்கள், 'பிழைக்கத்தெரியாதவர்கள்' என்று

கேலிசெய்யப்படலாம். ஆனால், அதன்மூலம் கிடைக்கும் நன்மைகளை உணர்ந்தவர்கள் ஒட்டுமொத்தமாக அகிம்சையின்பக்கம் வந்துவிடுவார்கள், பின்னர் ஒருநாளும் தங்களுடைய பழைய வாழ்க்கையை எண்ணிப்பார்க்க மாட்டார்கள். அந்த அளவுக்கு நம்மை உண்மைக்கும் கடவுளுக்கும் அருகில் கொண்டுசெல்லக்கூடிய தத்துவம் அகிம்சை!

7. கட்டுப்பாட்டில் முழுமை வேண்டும்

இரண்டு துறவிகள் ஆற்றங்கரையில் நடந்துகொண்டிருந்தார்கள். இருவரும் பல ஆன்மிக, தத்துவக் கொள்கைகளைப்பற்றிப் பேசியபடி நடந்தார்கள்.

திடீரென்று, ஆற்றுப்பக்கத்திலிருந்து ஒரு பெண்ணின் குரல் கேட்டது, 'காப்பாத்துங்க! காப்பாத்துங்க!'

துறவிகள் இருவரும் திரும்பிப்பார்த்தார்கள். அங்கு, நீச்சல் தெரியாத ஒரு பெண் தண்ணீரில் சிக்கி உயிருக்குப் போராடிக்கொண்டிருந்தார்.

உடனே, ஒரு துறவி ஆற்றை நோக்கி ஓடினார். அந்தப் பெண்ணைத் தூக்கிக் கரை சேர்த்தார். பின்னர் மீண்டும் தன்னுடைய நடையையும் பேச்சையும் தொடர்ந்தார்.

இதைப்பார்த்த இன்னொரு துறவி அதிர்ந்துபோனார். ஆனால், அவர் ஏதும் பேசவில்லை. முதல் துறவிக்குப் பின்னாலேயே இவரும் நடந்தார்.

அரைமணிநேரம் கழித்து, இரண்டாவது துறவிக்கு மனம் கேட்கவில்லை, 'இருந்தாலும் நீங்கள் அப்படிச் செய்திருக்கக்கூடாது' என்றார்.

'என்ன சொல்கிறீர்கள்? எனக்குப் புரியவில்லையே' என்றார் முதல் துறவி.

'என்ன, தெரியாததுபோல் கேட்கிறீர்கள்?' என்றார் இரண்டாவது துறவி,' துறவிகளாகிய நாம் பெண்களைத் தொடக்கூடாது என்று பெரியவர்கள் சொல்லியிருக்கிறார்கள். ஆனால் நீங்களோ, ஒரு பெண்ணைத் தொட்டுத் தூக்கிக் காப்பாற்றியிருக்கிறீர்கள். இது சரிதானா?'

முதல் துறவி சிரித்தார். 'நான் அந்தப் பெண்ணைத் தொட்டுத் தூக்கியது உண்மைதான். ஆனால், நான் அவரை அப்போதே இறக்கிவைத்துவிட்டேன். நீங்கள்தான் இன்னும் அவரைத் தூக்கிக்கொண்டிருக்கிறீர்கள்' என்றார்.

இந்தக் கதை சொல்லும் பொருள் ஆழமானது. 'பெண்களைத் தொடக்கூடாது' என்ற கட்டுப்பாட்டை முதல் துறவி புரிந்துகொண்ட விதம் வேறு, இரண்டாவது துறவி புரிந்துகொண்ட விதம் வேறு. ஆகவே, ஓர் ஆபத்தான சூழ்நிலையில் முதல் துறவி ஒரு பெண்ணைத் தொட்டபோதும், அவர் அந்தக் கட்டுப்பாட்டை மீறவில்லை. ஆனால், இரண்டாம் துறவி எந்தப் பெண்ணையும் தொடவில்லை, அப்போதும், அவர் கட்டுப்பாட்டை மீறிவிட்டார்.

கட்டுப்பாடு, தன்னடக்கம் என்பவற்றை இந்த உயர்ந்த பொருளுடன் பார்க்கச்சொல்கிறார் காந்தி. அதாவது, வெளிப்படையாக ஒரு விஷயத்தைச் செய்யாததால்மட்டும் நாம் கட்டுப்பாட்டுடன் இருக்கிறோம் என்று பொருளில்லை, மனத்தாலும் அதைச் செய்யாமலிருப்பதுதான் உண்மையான கட்டுப்பாடு என்கிறார்.

எடுத்துக்காட்டாக, ஒருவர் நிறைய இனிப்பு சாப்பிடுகிறார். அதனால் அவருக்குச் சில உடல்நலப் பிரச்னைகள் வந்துவிடுகின்றன. 'இனிமே நீங்க இனிப்பே சாப்பிடக்கூடாது' என்று மருத்துவர் கண்டிப்பாகச் சொல்லிவிடுகிறார்.

இதனால், அவர் இனிப்பு விஷயத்தில் கட்டுப்பாடுடன் இருக்கிறார். இனிப்புக்கடைப்பக்கமே செல்வதில்லை, இனிப்பே

வாங்குவதில்லை, எங்காவது விழாவில் யாராவது இனிப்பை நீட்டினாலும் வேண்டாம் என்று மறுத்துவிடுகிறார்.

இது நிச்சயம் பாராட்டவேண்டிய கட்டுப்பாடுதான். இதனால் அவருடைய உடல்நலம் மேம்படும். அதேசமயம், இது முழுமையான கட்டுப்பாடா என்று நம்மால் சொல்ல இயலாது, அவர்தான் சொல்லவேண்டும்.

எடுத்துக்காட்டாக, ஓர் இனிப்புக்கடையைக் கடந்து செல்லும்போது அவருடைய மனம் என்ன நினைக்கிறது? 'எனக்கு இனிப்பு வேண்டாம்' என்று உண்மையாக எண்ணுகிறாரா? அல்லது, நாக்கில் எச்சில் ஊறுகிறதா? இனிப்பு வாசனையை ஆசையுடன் முகர்ந்துகொள்கிறாரா? கடையை நோக்கிக் கால் நீள்கிறதா? இனிப்பு சாப்பிடக்கூடாது என்று சொன்ன மருத்துவரை மனத்துக்குள் திட்டுகிறாரா? இதையெல்லாம் செய்துவிட்டு, இனிப்பைமட்டும் சாப்பிடவில்லை என்றால், அது எப்படி முழுமையான கட்டுப்பாடாகும்?

நல்ல கேள்விதான். ஆனால், எதார்த்தத்தில் இது எப்படிச் சாத்தியமாகும்? இனிப்பை அள்ளியள்ளி உண்டுகொண்டிருந்த ஒருவர் மனத்தாலும் அதை நினைக்கக்கூடாது என்றால் எப்படி?

உண்மையிலேயே மனக்கட்டுப்பாடு உள்ளவர்களுக்கு அது சாத்தியம்தான். இதற்கு எடுத்துக்காட்டு, எஸ். அம்புஜம்மாள் என்ற தமிழ்ப்பெண்.

காந்தியின் பல தத்துப் புதல்விகளில் ஒருவரான அம்புஜம்மாள், பெருஞ்செல்வத்தில் பிறந்து வளர்ந்தவள், சிறுவயதிலேயே காந்தியக் கொள்கைகளால் ஈர்க்கப்படுகிறார். பலவிதமான சமூகப் பணிகளில் ஈடுபடுகிறார். காந்தியின் ஆசிரமத்தில் அவரோடு தங்குகிற பேறு கிடைக்கிறது. எளிமையான வாழ்க்கைமுறையை, சேவை மனப்பான்மையைக் கற்றுக்கொள்கிறார்.

இதெல்லாம் கேட்பதற்கு நன்றாகத்தான் இருக்கிறது. ஆனால் எதார்த்தத்தில் இதைப் பின்பற்றுவது மிகவும் சிரமம். எடுத்துக்காட்டாக, எல்லாருக்கும் தெரிந்த உணவை

எடுத்துக்கொள்வோம். காந்தியின் ஆசிரமத்தில் அனைவருக்கும் வழங்கப்பட்ட உணவு: சாதம், முரட்டு ரொட்டி (அதாவது, அரைகுறையாக அரைக்கப்பட்ட மாவில் செய்த ரொட்டி), பருப்பு, அரை உப்புப் போட்ட ஒரு காய்கறி, தயிர். இவை எதிலும் காரமோ புளிப்போ இருக்காது, தாளிப்பும் இருக்காது.

உணவு என்பது மருந்தைப்போல்தான் என்பது காந்தியின் கொள்கை. உடலுக்குத் தேவையான அளவுமட்டுமே அதனை உட்கொள்ளவேண்டும். அதற்குமேல் எல்லாம் ஆடம்பரம், அநாவசியம். (அதனால்தான் அரை உப்புக்கு அனுமதி, காரம், புளிப்புக்கு அனுமதியில்லை.)

அறுசுவை உணவை உண்டு வளர்ந்த அம்புஜம்மாளுக்கு இந்தச் சாப்பாடு ஒத்துக்கொள்ளவில்லை. ஆனாலும், உணவின்மீது விருப்பத்தைக் கட்டுப்படுத்தவேண்டும் என்கிற கொள்கையைப் புரிந்துகொள்கிறார், ஆகவே, சிரமப்பட்டு அதனைப் பின்பற்றுகிறார்.

பின்னர் அவருக்குக் 'கச்சா கானா' எனப்படும் சமைக்காத உணவுமுறையைப் பரிந்துரைக்கிறார் காந்தி: காய்ச்சாத பால், பழங்கள், வேகவைக்காத காய்கறிகள், தயிர் போன்றவற்றை உட்கொள்கிறார்.

இந்த நேரத்தில், தீபாவளி வருகிறது. சென்னையிலிருந்து அம்புஜம்மாளுடைய தாய் மகளுக்காகச் சில தின்பண்டங்களை அனுப்பிவைக்கிறார்.

அந்தப் பர்பிகள், முறுக்குகள், சீடைகளைப் பார்த்தவுடன், 'உன் நாக்கில் நீர் ஊறுகிறதா?' என்று கேலி செய்கிறார் காந்தி.

'இல்லை. நான் இந்தத் தின்பண்டங்களை உண்ணப்போவதில்லை' என்கிறார் அந்த இளம் பெண்.

அதுதானே காந்திக்கு வேண்டும், 'இவற்றை அப்படியே கொண்டுபோய்க் குழந்தைகளுக்குக் கொடுத்துவிடு' என்று ஆணையிடுகிறார். அம்புஜம்மாளும் பிரபாவதி என்ற இன்னொரு பெண்ணும் தின்பண்டங்களை எடுத்துக்கொண்டு

செல்கிறார்கள்; ஆசிரமக் குழந்தைகளுக்கு வழங்குகிறார்கள்.

சிறிது நேரத்துக்குப்பின், பிரபாவதியை அழைக்கிறார் காந்தி. 'இவள் எல்லாத் தின்பண்டங்களையும் குழந்தைகளுக்கு வழங்கிவிட்டாளா? ஒரே ஒரு துண்டுகூட ருசிபார்க்கவில்லையா?' என்று கேட்கிறார்.

'இல்லவே இல்லை' என்கிறார் பிரபாவதி.

இதைக்கேட்ட காந்திக்கு மிகுந்த மகிழ்ச்சி; அம்புஜம்மாளை அழைத்து, அவருடைய கட்டுப்பாட்டைப் பாராட்டுகிறார்.

நாம் எல்லாரும் அம்புஜம்மாளாக ஆவது எப்படி? உடலைமட்டும் கட்டுப்படுத்தாமல் மனத்தையும் கட்டுப்படுத்துவது எப்படி? அதற்கும் காந்தியே வழிகாட்டுகிறார்.

8. மனத்தோடு ஓர் ஒத்துழையாமை இயக்கம்

கவிஞர் வாலி எழுதிய ஒரு பழைய திரைப்படப் பாடல் இப்படித் தொடங்குகிறது

'கண்போன போக்கிலே கால் போகலாமா?
கால்போன போக்கிலே, மனம் போகலாமா?
மனம்போன போக்கிலே, மனிதன் போகலாமா?'

இந்த முதல் வரியைக் கண் என்பதோடு நிறுத்திக்கொள்ளாமல், காது, மூக்கு, நாக்கு என்று மற்ற புலனுறுப்புகளையும் சேர்த்துக்கொள்ளலாம். ஏனெனில், அவை அனைத்தும் நம்மைப் பல திசைகளில் கவர்ந்திழுக்கக்கூடியவை. அந்த ஆசைவலையில் மூழ்கினால், அதுவே நம்முடைய வாழ்க்கையாகிவிடும், பயனுள்ள எதையும் சாதிக்க இயலாது.

அதனால்தான், நம்முடைய முன்னோர்கள், 'ஐம்புலன்களை வெல்லவேண்டும்' என்று கடவுளிடம் வேண்டினார்கள். கடுமையான மனக்கட்டுப்பாட்டை வளர்த்துக்கொண்டார்கள்.

அவ்வளவு கட்டுப்பாடு தேவைதானா?

கண்டிப்பாகத் தேவைதான். சிறிய திருடனிடமிருந்து தப்பிப்பதற்கு வீட்டுக்குச் சிறிய பூட்டு போதும். பெரிய திருடன் என்றால் மிகப்பெரிய பூட்டு, கனமான கதவு, வீட்டைச்சுற்றி மதில்சுவரெல்லாம் தேவைப்படுகிறதல்லவா?

ஒரு திருடனுக்கே இப்படியென்றால், ஐந்து பெரிய திருடர்கள் ஒன்றாகச் சேர்ந்து நம்மைத் தாக்க முயன்றால்? அவர்களிடமிருந்து தப்புவதற்கு இன்னும் வலுவான கருவி தேவையல்லவா? அதுதான் மனக்கட்டுப்பாடு!

என்னுடைய நண்பர் ஒருவர், விரைவுணவுகள் (Fast Food) எனப்படும் குப்பை உணவுகளை உண்ணமாட்டார். ஆனால், அவற்றை நன்கு வாசனைபிடித்து மகிழ்வார்.

இப்படி ஒரு புலனைக் கட்டுப்படுத்தி இன்னொரு புலனைத் திரியவிடுவதால் எந்தப் பலனும் இல்லை என்கிறார் காந்தி. உடலுக்குத் தீங்கு விளைவிக்கும் உணவைச் சாப்பிடவேண்டும் என்ற ஆசை இன்னும் மனத்தில் இருப்பதைத்தானே அந்த 'வாசனைபிடிக்கும்' செயல் காட்டுகிறது?

ஆக, ஒரே நேரத்தில் ஐந்து புலன்களையும் கட்டுப்படுத்தப் பழகவேண்டும்; அதுதான் உண்மையான கட்டுப்பாடு.

பள்ளிக்குச் செல்வதற்காகச் சாலையில் நடக்கிறோம். வழியில் புதிய திரைப்படமொன்றின் சுவரொட்டி நம்மைக் கவர்ந்திழுக்கிறது, பக்கத்தில் ஒரு கடையில் சுவையான தின்பண்டங்களைச் சுட்டுக்கொண்டிருக்கிறார்கள், அந்த வாசனை மூக்கைத் துளைக்கிறது, சற்றுத் தொலைவில் ஒரு நண்பன், 'இன்னிக்குப் பள்ளிக்கூடத்துல எந்த முக்கியமான பாடமும் நடத்தமாட்டாங்க. வாடா, மைதானத்துக்குப் போய் நல்லா விளையாடலாம்' என்கிறான். இதையெல்லாம் பார்த்து, முகர்ந்து, கேட்டு, நம்முடைய கால்கள் தானே அந்தத் திசையில் நடக்கின்றன.

கண், மூக்கு, காதுக்குதான் அறிவில்லை, அந்தக் கால்களாவது யோசிக்கவேண்டாமா?

ஒருவேளை, கால்கள் அப்படித் திசை மாறி நடந்தாலும், மனம் அதை ஏற்கலாமா? அதுவும் கண், மூக்கு, காது, காலோடு சேர்ந்துகொண்டு, 'இன்னிக்கு ஒருநாள் விடுமுறை எடுத்துட்டு மகிழ்ச்சியா நேரத்தைச் செலவிட்டா என்ன?' என்று சிந்திப்பது சரிதானா?

அட, மனம்கூட அப்படிச் சிந்திக்கலாம், மனிதன் அதை மறுக்கவேண்டாமா? 'நான் பள்ளிக்குச் சென்று கொண்டிருக்கிறேன், அதில்தான் நான் கவனம் செலுத்துவேன், மற்ற வேலைகள் எவ்வளவு சுவையாகத் தோன்றினாலும் இப்போது எனக்கு வேண்டாம்' என்று சொல்லவேண்டாமா?

கொஞ்சம் பொறுங்கள், மனம் வேறு, மனிதன் வேறா?

அப்படித்தான் காந்தி பிரித்துக்காட்டுகிறார். 'மனம் தானாகத் திரிந்தால் பரவாயில்லை, உங்களுடைய அனுமதியோடு திரிந்தால் அது உங்களுடைய பிழைதான்' என்கிறார்.

அதாவது, நம்முடைய மனம் நம் கட்டுப்பாட்டில் இல்லாமலிருக்கலாம், நாம் தூய்மையாக இருக்க விரும்பினாலும், அது தூய்மையற்ற சிந்தனைகளைக் கொண்டிருக்கலாம், இவ்வுலகில் பெரும்பாலானோருக்கு அப்படித்தான் நிகழ்கிறது.

எடுத்துக்காட்டாக, ஒருவர் கடையொன்றில் ஏதோ வாங்கிக்கொண்டிருக்கிறார், திடீரென்று மின்சாரம் துண்டிக்கப்பட்டுவிடுகிறது, விளக்குகள் அணைந்துவிடுகின்றன. அந்த நேரத்தில் அவர் என்ன செய்வார்? மின்சாரம் மீண்டும் வந்துவிடும் என்று பொறுமையாகக் காத்திருப்பாரா, அல்லது, இருட்டைப் பயன்படுத்திக்கொண்டு கைக்குக் கிடைத்த பொருளைத் திருடிக்கொண்டு ஓடுவாரா?

நூற்றுக்கு ஒருவரோ இருவரோ திருடலாம், மற்ற 99பேர் பொறுமையாகக் காத்திருப்பார்கள். ஏனெனில், அவர்கள் பிறருடைய பொருட்களைத் திருட விரும்புவதில்லை.

ஆனால், அந்த 99பேருடைய மனமும் திருட விரும்பாமல் இருக்குமா?

இந்தக் கேள்வியைக் கொஞ்சம் நிதானமாகச் சிந்தியுங்கள். உங்களை அந்த இடத்தில் வைத்துக் கற்பனை செய்யுங்கள். இதேபோன்ற வேறு சூழல்களையும் எண்ணிப்பாருங்கள்.

நாளைக்கு முக்கியமான ஒரு தேர்வு. அதற்காக மும்முரமாகப் படித்துக்கொண்டிருக்கிறீர்கள். அந்த நேரத்தில் ஒரு நண்பர்

உங்களிடம் வந்து, 'நாளைய தேர்வின் வினாத்தாள் ரகசியமாக வெளியாகிவிட்டது, இதோ என்னிடம் இருக்கிறது' என்று காட்டினால் நீங்கள் என்ன செய்வீர்கள்? நீங்கள் என்னதான் நன்றாகப் படித்திருந்தாலும், அந்த வினாத்தாளை வாங்கிப் பார்த்தால்தான் என்ன என்று உங்கள் மனம் சொல்லுமா?

இந்த விஷயத்தில் கூச்சமே வேண்டாம். உண்மையை ஒப்புக்கொள்வோம். சலனங்கள்தான் மனிதனுடைய இயல்பு. அவனுடைய மனம் அவனை மீறித் தவறு செய்ய முனையும், தீமைகளில் புரளும்.

அதுபோன்ற நேரங்களில், 'உங்கள் மனத்துடன் ஒத்துழைக்க மறுத்துவிடுங்கள்' என்கிறார் காந்தி. 'மனமே, நீ என்ன வேண்டுமானாலும் நினைத்துக்கொள்; நான் தவறு செய்யமாட்டேன், சலனங்களுக்கு அடிமையாகமாட்டேன்' என்று சொல்லிவிடச்சொல்கிறார்.

இப்படி மனத்துடன் நாம் ஒத்துழையாமை இயக்கம் நடத்தினால், வெற்றி நமக்குதான் என்று வலியுறுத்துகிறார் காந்தி. 'மனத்தைக் கட்டுப்படுத்துங்கள், தீய எண்ணங்களை நெருங்கவிடாமல் விரட்டுங்கள், அதன்மூலம் உங்கள் உடலும் புலன்களும் உங்கள் கட்டுப்பாட்டில் இருக்கும், நீங்கள் எப்போதும் நல்வழியில் நடப்பீர்கள்' என்கிறார்.

௯. நாக்கைக் கட்டுப்படுத்துதல்

பேருந்து நிலையங்கள், ரயில் நிலையங்கள், ஏன், விமான நிலையங்களில்கூட ஏராளமாகக் காணப்படுகிற விஷயம் என்னவென்றால், தின்பண்டங்கள்தாம்!

லட்டு, ஜிலேபிபோன்ற இனிப்புகளை விற்கும் கடைகளில் தொடங்கி, சாக்லெட், பிஸ்கட்போன்ற தொழிற்சாலைத் தயாரிப்புகளைப் பல வண்ணங்களில் தொங்கவிட்டிருக்கும் கடைகள், மிக்சர், முறுக்குபோன்ற காரவகைகளைக் குவித்துவைத்திருக்கிற கடைகள், சுடச்சுட பஜ்ஜி, போண்டாபோன்றவற்றைப் பொரித்தெடுத்து விற்கிற கடைகள், இட்லி, தோசை, சாம்பார் சாதம், தயிர் சாதப் பொட்டலங்களை விற்கிற கடைகள் என்று பலவகையான உணவுக்கடைகளை இந்த இடங்களில் பார்க்கிறோம். அது ஏன் என்று எப்போதாவது யோசித்திருக்கிறீர்களா?

வெளியூருக்குச் செல்கிறவர்கள் வழியில் சாப்பிடுவதற்காக உணவுப்பொருள்கள், தின்பண்டங்களை வாங்கிக்கொள்வார்கள்; அதைவிட முக்கியமாக, தாங்கள் செல்லும் வீடுகளில் இருக்கிற குழந்தைகளுக்காகப் பலவிதமான நொறுக்குத்தீனிகளை வாங்கிச்செல்வார்கள்.

இதனால், ஊரிலிருந்து யார் வந்தாலும், 'எனக்குச் சாப்பிடறதுக்கு என்ன வாங்கிட்டுவந்தீங்க?' என்றுதான் குழந்தைகளே கேட்கிறார்கள். அவர்கள் பையிலிருந்து எடுத்துத்தரும் தின்பண்டங்களைக் கண்டு முகம் மலர்கிறார்கள், ஆசைஆசையாக அள்ளியள்ளிச் சாப்பிடுகிறார்கள்.

பொதுவாகவே குழந்தைகளுக்கு ஏராளமான தின்பண்டங்களைத் தருகிற நாடு நம்முடையது. 'என் பிள்ளைக்குப் பிடிக்கும்' என்று பெட்டிபெட்டியாகச் சாக்லெட்களை வாங்குகிற பெற்றோரும், 'என் பேரன்/பேத்தி ரொம்ப விரும்பிச் சாப்பிடுவான்(ள்)' என்று தாங்களே கைப்படச் செய்த நொறுக்குத்தீனிகளைப் பொட்டலங்கட்டிக் கொண்டுசெல்கிற தாத்தா, பாட்டிகளும் இங்கு அதிகம். 'எனக்கு இந்தத் தின்பண்டம் பிடிச்சிருக்கு' என்று ஒரு குழந்தை சொன்னால், உடனே வாங்கித்தந்துவிடுவதுதான் நம்முடைய பழக்கம்.

ஆனால், பிள்ளைகள்மீது வைத்திருக்கிற அன்பினால் அவர்களுக்குப் பலவிதமான உணவுவகைகளை வாங்கித்தருகிற, அல்லது சமைத்துத்தருகிற பெற்றோரைக் காந்தி கடுமையாகக் கண்டிக்கிறார். 'இதன்மூலம், நீங்கள் உங்களுடைய பிள்ளைகளின் உடல்நலனைக் கெடுக்கிறீர்கள்' என்கிறார்.

எந்தப் பெற்றோரும் தங்களுடைய பிள்ளையின் உடல்நலன் கெட்டுப்போகவேண்டும் என்று நினைக்கமாட்டார்கள். எல்லா உயிர்கள்மீதும் நேயத்துடன் வாழவேண்டும் என்பதை வலியுறுத்திய காந்திக்கும் அது புரியும். அதேசமயம், சிறுவயதிலிருந்தே நாம் அளவுக்கதிகமாக உண்ணப்பழகுவதும், செயற்கையான சுவைக்கு அடிமையாகிவிடுவதும் நல்லதில்லை என்று அவர் பரிவோடு சொல்கிறார். இதன்மூலம் நம்முடைய பணம் வீணாகும், நோய்கள் நம்மைத் தேடி வரும், மருத்துவத்துக்காக இன்னும் அதிகமாகச் செலவழிக்கவேண்டியிருக்கும் என்று எச்சரிக்கிறார்.

இந்தப் பிரச்னைகளையெல்லாம் தீர்ப்பதற்கு ஒரே வழி, நாக்கைக் கட்டுப்படுத்துவதுதான். அதாவது, சரியான அளவில் உண்பது, சுவைக்காக அல்லாமல், நம் உடலுக்குத் தேவைப்படுகிறவற்றைமட்டும் உண்பது.

மனிதனுக்கு உணவு என்பது கட்டாயத் தேவை. அதுதான் அவனுடைய உடல் இயங்குவதற்கான ஆற்றலைத் தருகிறது, மனத்தையும் சுறுசுறுப்பாக வைக்கிறது.

ஆனால், மனிதர்கள் இந்தத் தேவைகளுக்காகமட்டும் உண்ணுவதில்லை. இவற்றோடு கூடுதலாக, 'நாக்கின் சுவை' என்கிற இன்னொரு தேவையும் சேர்ந்துகொள்கிறது. அங்கேதான் பிரச்னையே தொடங்குகிறது.

உங்களுக்கு எழுதுவதற்கு ஒரு பேனா தேவை. அதற்காகக் கடைக்குச் செல்கிறீர்கள். அங்கு அழகழகான பல பேனாக்கள் உள்ளன. அவற்றில் நான்கைந்தை வாங்கிக்கொள்கிறீர்கள், கூடவே இரண்டு பென்சில்களையும் வாங்கிக்கொண்டு வீட்டுக்கு வருகிறீர்கள்.

இப்போது, நீங்கள் எழுதப்போவது ஒரே ஒரு பேனாவில்தான். மற்ற அனைத்துப் பேனாக்களும், பென்சில்களும் வீண். இல்லையா?

ஒரு பேனா வாங்கவேண்டிய இடத்தில் ஐந்து பேனா வாங்குவதைப்போல, நாம் நம் உடலுக்குத் தேவையான அளவைவிட அதிகமாகச் சாப்பிடுகிறோம். பேனா வாங்கப்போன இடத்தில் பென்சில் வாங்குவதைப்போல, தேவையில்லாதவற்றைச் சாப்பிடுகிறோம். இத்தனைக்கும் காரணம், நம்முடைய நாக்கு, அதிலிருக்கிற சுவை அரும்புகள்.

குழந்தைகள்தொடங்கிப் பெரியவர்கள்வரை எல்லாரும் நாக்குக்கு அடிமைகளாக இருக்கிறோம். காய்கறிகளை மறந்து குப்பை உணவுகளை உண்கிறோம், வேலை இருக்கிற நேரத்தில் வயிறுமுட்டச் சாப்பிட்டுவிட்டுச் சுருண்டு படுத்துவிடுகிறோம்.

இந்திய விடுதலைப்போராட்டத்தை முன்னின்று வழிநடத்திய காந்திக்கு நிறையப் போராளிகள் தேவைப்பட்டார்கள். நம் நாட்டுக்கு விடுதலை கிடைத்தபிறகும், பலவிதமான சமூகப் பிரச்னைகளை எதிர்த்துப் போரிடுவதற்கு இன்னும் பல போராளிகள் தேவைப்படுவார்கள் என்று அவருக்குத் தெரியும். இந்தப் போராளிகளுடைய உடலும் மனமும்

சுறுசுறுப்பாக இயங்கவேண்டுமென்றால், அவர்கள் நாவைக் கட்டுப்படுத்தவேண்டும் என்று கட்டளை விதித்தார் அவர்.

ஆனால், நாவைக் கட்டுப்படுத்துவது எளிதில்லை. பெரிய ஞானிகளால்கூட இதைச் சாதிக்க இயலவில்லை என்று காந்தியே சொல்கிறார். அதேசமயம், நம்முடைய எதிர்காலமும், நாம் சார்ந்திருக்கிற சமூகத்தின் எதிர்காலமும் நன்றாக இருக்கவேண்டுமென்றால், இந்த விஷயத்தில் நாம் கூடுதல் கட்டுப்பாட்டைப் பழகிக்கொள்ளவேண்டும்.

நம் உடலுக்கு ஏதேனும் பிரச்னைகள் வந்தால், மருத்துவரிடம் செல்கிறோம். அவர் சில மருந்துகளை எழுதித்தருகிறார். அந்த மருந்துகளை ஒரு குறிப்பிட்ட நேரத்தில், குறிப்பிட்ட அளவில்தான் சாப்பிடவேண்டும், அதிகமாகச் சாப்பிட்டால் அதுவே உடலுக்குத் துன்பம் தரும்.

உணவும் அதைப்போல்தான் என்கிறார் காந்தி. சுவையாக இருக்கிறது என்பதற்காக அள்ளியள்ளிச் சாப்பிடக்கூடாது; சுவையில்லை என்பதற்காக நல்ல உணவை மறுக்கக்கூடாது. உண்ணுவதை ஒரு கடமையாக நினைத்துக்கொண்டு பின்பற்றவேண்டும், வயிறு நிறைந்ததும் எழுந்துவிடவேண்டும்.

இந்தியாவை வெள்ளையர்கள் ஆண்டுகொண்டிருந்த நேரத்தில், உப்பின்மீது நிறைய வரி விதிக்கப்பட்டது. இதனால், உப்பு விலை மிக அதிகமாக இருந்தது.

அதனால் என்ன? கடல் நீரிலிருந்து நாமே உப்பு காய்ச்சிக்கொள்ளலாமே?

ம்ஹூம், அதுவும் சாத்தியமில்லை. இந்திய மக்கள் தாங்களே உப்பை உற்பத்திசெய்யக்கூடாது என்று ஆங்கிலேயர்கள் தடைசெய்துவிட்டார்கள்.

இதனால், பெரும்பாலான பொதுமக்கள் கடுமையாகப் பாதிக்கப்பட்டார்கள். குறிப்பாக, ஏழைகள் அவ்வளவு விலை கொடுத்து உப்பை வாங்க இயலாமல் சிரமப்பட்டார்கள். அவர்களுடைய உடல்நலம் பாதிக்கப்பட்டது.

கொடுமையான இந்த உப்புவரியை எதிர்த்துக் காந்தி சத்தியாக்கிரகம் தொடங்கினார், சட்டத்தை மீறிச் சிறைசென்றார்.

இதில் வியப்பான விஷயம் என்னவென்றால், உப்புக்காக இப்படியொரு பெரிய போராட்டத்தையே நடத்திய காந்தி, தனிப்பட்டமுறையில் உப்பை ஓர் அவசியமான உணவுப்பொருளாகக் கருதவில்லை. 'சிலருக்கு உடல்நலனுக்காக உப்பு தேவைப்படும். மற்றபடி, உணவின் சுவையை மேம்படுத்துவதற்காக அதில் உப்பைச் சேர்ப்பது தவறு' என்று எழுதினார். உப்பில்லாமல் சாப்பிட்டால் நோயின்றி வாழலாம் என்றார்.

இந்த விஷயத்தில் காந்தியின் கருத்தைப் பலரும் ஏற்றுக்கொள்ளவில்லை. அவருடைய மனைவி கஸ்தூரிபா காந்திக்கே இதில் ஒப்புதல் இல்லை.

எனினும், காந்தி தன்னுடைய நம்பிக்கையில் உறுதியாக இருந்தார். அதற்காகத் தன் வீட்டுக்குள்ளேயே ஒரு சத்தியாக்கிரகத்தை நடத்தவும் அவர் தயங்கவில்லை.

10. உணவால் ஒழுங்காகும் உலகம்

ஒருமுறை, காந்தியின் மனைவி கஸ்தூரிபா-வுக்கு உடல்நலம் சரியில்லாமல் போனது. ஆகவே, மருத்துவர்கள் அவருக்கு அறுவைச்சிகிச்சை செய்தார்கள்.

அறுவைச்சிகிச்சைக்குப்பிறகு கஸ்தூரிபா-வின் உடல்நலம் ஓரளவு தேறியது. ஆனால், அதெல்லாம் சில நாட்களுக்குதான். அதன்பிறகு, பழையபடி உடல்நலப் பிரச்னைகள் முளைக்கத்தொடங்கின.

காந்திக்கு அறுவைச்சிகிச்சைகளிலெல்லாம் பெரிய நம்பிக்கை இல்லை. நமக்கு வருகிற பெரும்பாலான பிரச்னைகளை உணவுப்பழக்கத்தின்மூலமே சரிசெய்துவிட இயலும் என்று நம்புகிறவர் அவர்.

அதாவது, நம் உடலில் ஒரு கோளாறு வருகிறது என்றால், நாம் சாப்பிடுகிற ஏதோ ஒரு பொருள் சரியில்லை என்று பொருள், அல்லது, அதன் அளவு சரியில்லை என்று பொருள் என்றார் காந்தி. ஆகவே, அந்த உணவுப்பொருளை நிறுத்துவதால், அல்லது, முன்பைவிடக் குறைவாகவோ அதிகமாகவோ சாப்பிடுவதால் அந்த உடல்நலப் பிரச்னையைச் சரிசெய்துவிடலாம் என்பது அவருடைய நம்பிக்கை.

உணவை மாற்றினால் உடலைத் தேற்றிவிடலாம் என்கிற காந்தியின் ‘சிகிச்சை’யை கஸ்தூரிபா அவ்வளவாக நம்பவில்லை. அதேசமயம், அவருடைய நம்பிக்கையை மதித்துத் தன்னுடைய உணவுப்பழக்கத்தை மாற்றிக்கொண்டார்.

அப்புறமென்ன? கஸ்தூரிபா-வின் உணவுப்பழக்கத்தைப் பலவிதமாக மாற்றிப் பரிசோதனைசெய்தார் காந்தி. ஆனால், இந்த முயற்சிகள் எவையும் பலனளிக்கவில்லை, கஸ்தூரிபா-வின் உடல்நலக்குறைவு தொடர்ந்தது.

ஆகவே, கஸ்தூரிபா-வுக்கு ஒரு மிகக்கடுமையான உணவுமாற்றத்தைப் பரிந்துரைத்தார் காந்தி, ‘நீ உப்பையும் பருப்பையும் நிறுத்திவிடு, உன்னுடைய உடல்நிலை தேறிவிடும்!’

உணவுக்குச் சுவையைச் சேர்ப்பதே உப்புதான்; இந்தியாவின் பல மாநிலங்களில் பருப்பில்லாமல் சமையலே கிடையாது; ஆகவே, இந்தியர் ஒருவர் இந்த இரண்டையும் நிறுத்துவது மிகக்கடினமல்லவா? கஸ்தூரிபா காந்தி இந்த உணவுப்பழக்கத்தை ஏற்றுக்கொள்ள மறுத்துவிட்டார்.

காந்தி விடவில்லை; உப்பையும் பருப்பையும் நிறுத்துவதால் என்னென்ன நன்மைகள் வரும் என்று பலவிதமான சான்றுகளைக் காட்டிப் பேசினார், கெஞ்சினார், கஸ்தூரிபா எதற்கும் மசியவில்லை, காந்தியும் தொடர்ந்து வாதாடிக்கொண்டிருந்தார்.

இதனால் எரிச்சலடைந்த கஸ்தூரிபா, ‘உப்பையும் பருப்பையும் விடுவதென்றால் சும்மாவா? அது எவ்வளவு கடினம் என்று உங்களுக்குத் தெரியுமா?’ என்றார். ‘இவ்வளவு பேசுகிறீர்களே, உங்களால் உப்பும் பருப்பும் இல்லாமல் சாப்பிட இயலுமா?’ என்று சவால்விடுவதுபோல் கேட்டார்.

‘பா, நீ என்னைத் தவறாகப் புரிந்துகொண்டிருக்கிறாய்’ என்றார் காந்தி. ஏனெனில், அவர் தன்னால் பின்பற்ற இயலாத எதையும் பிறருக்குப் பரிந்துரைப்பதில்லை, வெற்று அறிவுரைகளைச் சொல்வதில்லை.

'என்னால் நிச்சயமாக உப்பு, பருப்பு இல்லாமல் சாப்பிட இயலும்' என்று உறுதியாகச் சொன்னார் காந்தி. 'ஒருவேளை எனக்கு உடல்நலம் சரியில்லாமலிருந்து, மருத்துவர் என்னிடம் உப்பையும் பருப்பையும் விடச்சொன்னால், நான் உடனே அவற்றை விட்டுவிடுவேன். இதேபோல் வேறு எந்த உணவுப்பொருளை விடச்சொன்னாலும் நான் தயங்கமாட்டேன், உடனே அதற்குச் சம்மதித்துவிடுவேன்.'

காந்தி இதை வெறுமனே சொல்வதுடன் நிறுத்தவில்லை, உண்மையாகச் செய்துகாட்டத் தீர்மானித்தார், 'பா, நீ கேட்டதற்காக நான் இப்போதே உப்பையும் பருப்பையும் விட்டுவிடுகிறேன், அடுத்த ஓராண்டுக்கு நான் இந்த இரு பொருட்களையும் உணவில் சேர்த்துக்கொள்ளமாட்டேன்.'

கஸ்தூரிபா அதிர்ந்துபோனார். 'வேண்டாம், வேண்டாம்' என்றார். 'என்னை மன்னித்துவிடுங்கள். நான் அப்படிக் கேட்டிருக்கக்கூடாது.'

அவர் இந்த அளவுக்குப் பதறக் காரணம், காந்தி ஒரு விஷயத்தில் உறுதியாகத் தீர்மானமெடுத்துவிட்டார் என்றால், எக்காரணத்துக்காகவும் அதை மாற்றிக்கொள்ளமாட்டார். எத்தனை கடினமான வாக்குறுதியாக இருந்தாலும் அதைப் பின்பற்றுவார். ஆகவே, 'நீங்கள் சொன்னபடி நான் என்னுடைய உணவுப்பழக்கத்தை மாற்றிக்கொள்கிறேன். ஆனால், நீங்கள் உப்பையும் பருப்பையும் விடவேண்டாம்' என்று கெஞ்சினார் கஸ்தூரிபா. 'தயவுசெய்து உங்களுடைய வாக்குறுதியைத் திரும்பப் பெற்றுக்கொள்ளுங்கள்.'

'பா, நீ உப்பையும் பருப்பையும் விட்டால் உடல்நலம் தேறிவிடுவாய், அதில் எனக்கு எந்த ஐயமும் இல்லை' என்றார் காந்தி, 'அதேசமயம், நான் என்னுடைய வாக்குறுதியைக் கைவிடமாட்டேன். அடுத்த ஓராண்டுக்கு நான் உப்பையும் பருப்பையும் சாப்பிடப்போவதில்லை.'

'நீங்கள் மிகவும் பிடிவாதக்காரர்' என்று வருந்திக் கண்ணீர் வடித்தார் கஸ்தூரிபா. அவரைத் தேற்றும்வகையில் தன்னுடைய

பிடிவாதத்துக்குக் காரணம்சொன்னார் காந்தி, ‘உப்பும் பருப்பும் சேர்க்காமல் சாப்பிடுவது என்னுடைய உடலுக்கு நல்லதுதானே? நீ உன்னுடைய உடல்நலம் தேறுவதற்காக உப்பு, பருப்பு இல்லாத பத்தியச் சாப்பாட்டைச் சாப்பிடு, நான் உனக்கு ஆதரவாக அதே பத்தியச் சாப்பாட்டைச் சாப்பிடுகிறேன், சரியா?’

இதையடுத்து, கஸ்தூரிபா காந்தியும் மகாத்மா காந்தியும் உப்பு, பருப்பு இல்லாத உணவைச் சாப்பிடத்தொடங்கினார்கள். அதன்மூலம் கஸ்தூரிபா-வின் உடல்நிலையில் நல்ல முன்னேற்றம் தெரிந்தது.

ஆக, கஸ்தூரிபா-வின் உணவுப்பழக்கத்தை மாற்றுவதற்காக வீட்டுக்குள் ஒரு சத்தியாக்கிரகத்தைச் செய்துவிட்டார் காந்தி. ‘என்னுடைய வாழ்க்கையின் மிக இனிய நினைவுகளில் ஒன்று’ என இந்த நிகழ்ச்சியைப்பற்றிப் பின்னர் நெகிழ்வோடு குறிப்பிட்டார் அவர்.

உடல்நிலை சரியில்லாதபோது மருத்துவர்கள் நமக்குச் சில குறிப்பிட்ட உணவுவகைகளைப் பரிந்துரைக்கிறார்கள், வேறு சில உணவுவகைகளைச் சாப்பிடவேண்டாம் என்கிறார்கள். ஆகவே, நாம் வழக்கத்துக்கு மாறாக அந்த உணவுப்பழக்கத்தைப் பின்பற்றுகிறோம். அதாவது, பொதுவாகச் சாப்பிடாத சிலவற்றைச் சாப்பிடுகிறோம், பொதுவாகச் சாப்பிடுகின்ற சிலவற்றைச் சாப்பிடாமலிருக்கிறோம்.

ஆனால், இவையெல்லாம் சில நாட்களுக்குதான். உடல்நிலை சரியானபின் மீண்டும் பழைய பழக்கத்துக்குத் திரும்பி விடுகிறோம். ஆக, உடல்நலத்தை மீட்பதற்காக நாம் நம்முடைய உணவுப்பழக்கத்தில் கட்டுப்பாட்டைக் கொண்டுவரத் தயாராக இருக்கிறோம்; ஆனால், அந்த நல்ல உணவுப்பழக்கத்தை என்றென்றும் தொடர்ந்தால் இன்னும் நலமாக வாழலாம் என்று சிந்திப்பதில்லை, நாக்கின் சுவைக்கு அடிமையாகிவிடுகிறோம்.

‘நாம் ஒவ்வொருமுறை அதிகமாகச் சாப்பிடும்போதும், நம் உடல் காயப்படுகிறது’ என்கிறார் காந்தி. அந்தக் காயத்தை ஓரளவேனும் ஆற்றிக்கொள்வதற்கு உண்ணாவிரதத்தைப்

பின்பற்றச்சொல்கிறார்.

காந்தி பலமுறை உண்ணாவிரதம் இருந்தவர். மற்ற நாட்களிலும் தன்னுடைய உணவில் பலவிதமான பரிசோதனைகளைச் செய்தவர். உண்மை, அகிம்சை வழியில் மனிதர்களுக்கு மிகவும் ஏற்ற உணவுமுறை எது என்பதைப்பற்றி அவர் என்றென்றும் சிந்தித்துக்கொண்டே இருந்தார் எனத் தோன்றுகிறது.

அவரைப்போல் நம்மால் மிகுந்த கட்டுப்பாட்டுடன் இருக்கமுடியாவிட்டாலும், நாள்முழுக்க உணவைப்பற்றியே நினைக்காமலிருக்கலாம்; ஆசைக்காகச் சாப்பிடுகிறவற்றைக் குறைத்துக்கொண்டு, உடலுக்கு நன்மை தருகிறவற்றை மிகுதியாகச் சாப்பிடலாம்.

அதனால்தான், காந்தியின் ஆசிரமங்கள் பலவற்றிலும் பொதுச் சமையலறைகள் இருந்தன. அதாவது, ஒவ்வொருவரும் தங்கள் விருப்பப்படி சமைத்து உண்டால், அதிகமாகச் சாப்பிடவும் தேவையற்றவற்றைச் சாப்பிடவும் வாய்ப்புண்டு. அதற்குப்பதிலாக, எளிய, சத்தான உணவை அளவாகச் சாப்பிடும்போது, கட்டுப்பாடும் எளிதாகிறது, உடலும் மேன்மை பெறுகிறது.

இன்றைய மருத்துவர்கள், உணவியல் வல்லுனர்களும் கிட்டத்தட்ட இதேமாதிரியான உணவுப்பழக்கத்தைத்தான் பரிந்துரைக்கிறார்கள், நாக்கிற்குச் சுவையான உணவுகளைவிட, உடலுக்கும் மனத்துக்கும் நன்மையளிக்கிற உணவுகளை மிகுதியாக உட்கொள்ளச்சொல்கிறார்கள்.

இதை நாள்தோறும் பின்பற்றுவது எதார்த்தத்தில் கடினமாக இருக்கலாம், அதேசமயம், இதனால் தொலைநோக்கில் கிடைக்கக்கூடிய பலன்களை நினைத்துப்பார்த்தால் உறுதி பிறக்கும், சிறு தோல்விகளை, கவனச்சிதறல்களைப் பொருட்படுத்தாமல் விடாமுயற்சியுடன் தொடர்ந்து முனையலாம், கொஞ்சம்கொஞ்சமாக நாக்கை அடக்கும் வித்தையும் நமக்குச் சாத்தியமாகும்.

11. திருடாதே!

உங்களிடம் ஒரு பேனா இருக்கிறது, நெடுநாட்களாக நீங்கள் அந்தப் பேனாவைப் பயன்படுத்திக்கொண்டிருக்கிறீர்கள், கைக்கு இதமாகவும் பார்ப்பதற்கு அழகாகவும் உள்ளது, நன்றாகவும் எழுதுகிறது.

அப்போது, உங்கள் நண்பர் ஒரு புதிய பேனாவை வாங்குகிறார். அதை எல்லாரிடமும் பெருமையுடன் காட்டுகிறார். அந்தப் பேனா உங்கள் பேனாவைவிட அழகாக உள்ளது, உங்கள் நண்பர் அதைக்கொண்டு முத்துமுத்தாக எழுதுகிறார்.

இதனால், அதுவரை நன்றாக இருந்த உங்களுடைய பேனா திடீரென்று மோசமானதாகத் தோன்றுகிறது. உங்கள் நண்பரிடம் இருக்கிற அதே பேனா உங்களிடமும் இருந்தால் இன்னும் சிறப்பாக இருக்குமே என்று யோசிக்கத்தொடங்குகிறீர்கள்.

யோசிப்பது சரி, அந்த ஆசையை நிறைவேற்றுவதற்கு நீங்கள் என்ன செய்வீர்கள்?

பெரும்பாலானோர் தங்களுடைய பெற்றோரிடம் சென்று அந்தப் பேனாவைப்பற்றிச் சொல்வார்கள், 'எனக்கும் அதேமாதிரி பேனா வாங்கிக்கொடுங்க' என்று நச்சரிப்பார்கள். சிலர் சொந்தமாகப் பணம் சேமித்துவைத்திருக்கக்கூடும்; அந்தப் பணத்தைக்கொண்டு தாங்கள் விரும்பும் பேனாவை வாங்கிக்கொள்ளக்கூடும்.

மிகச்சிலர், அந்தப் பேனாவை எப்படியாவது தங்களுடையதாக்கிக் கொள்ளவேண்டும் என்பதற்காகத் திருட்டுத்தனத்திலும் இறங்கலாம். தங்களுடைய நண்பர் கவனிக்காத நேரத்தில் அந்தப் பேனாவைத் திருடிக்கொண்டு சென்றுவிடலாம்.

'வெறும் பேனாதானே?' என்று நினைக்கக்கூடாது, சட்டப்படி இது ஒரு தண்டனைக்குரிய குற்றம். திருடுவதை எவ்விதத்திலும் நியாயப்படுத்த இயலாது.

காந்தியைக் கேட்டால், இந்த மூன்றுமே திருட்டுதான் என்பார்: இன்னொருவருக்கு உரிமையான பொருளை எடுத்துக்கொள்வதும் குற்றம்; நம்மிடம் ஏற்கெனவே நன்கு எழுதுகிற ஒரு பேனா இருக்கையில், அது நம்முடைய தேவைகளை நிறைவுசெய்துகொண்டிருக்கையில் இன்னொரு பேனாவை வாங்குவதும் குற்றம் என்பதுதான் அவருடைய கொள்கை.

அவ்வளவு ஏன், இன்னொருவருடைய பேனா நமக்கு வேண்டும் என்று நினைப்பதே குற்றம் என்கிறார் காந்தி. அதாவது, நாம் கையை நீட்டி ஒரு பொருளைத் திருடாமலிருக்கலாம்; அதன்மூலம் சட்டபூர்வமான தண்டனையிலிருந்து நாம் தப்பிவிடலாம்; ஆனால், அதைத் திருடவேண்டும், தன்னுடையதாக்கிக்கொள்ளவேண்டும் என்று உள்ளுக்குள் நினைக்கிறோமல்லவா? அதுவே திருட்டுக்குச் சமம்.

ஒருவேளை, அந்தப் பேனா எதேச்சையாக நமக்குக் கிடைத்தால்? பள்ளியிலிருந்து வீட்டுக்குத் திரும்பும் வழியில் தெருவோரமாகக் கிடந்தால்? அப்போது நாம் அதை உரிமையாக்கிக்கொள்ளலாமா?

இந்தச் சூழ்நிலையில் நாம் அந்தப் பேனாவைத் திருடவில்லை, யாரிடமிருந்தும் பறிக்கவில்லை, அதன் உரிமையாளர் யார் என்பதுகூட நமக்குத் தெரியாது, நாமாக அதைத் தேடிச்செல்லவில்லை, அதுவாக நமக்குக் கிடைத்தது, ஆகவே, அது நமக்குதான் சொந்தம் என்று பலர் நினைப்பார்கள். ஆனால், அந்தப் பேனாவின் உரிமையாளர் யார் என்பது

நமக்குத் தெரியாது என்பதால்மட்டும் நாம் அதன் உரிமையாளராகிவிடமாட்டோம். நமக்குத் தெரியாத அந்த யாரோ ஒருவரிடமிருந்து நாம் அதைக் கைப்பற்றிக்கொண்டோம் என்பதுதானே அதன் பொருள்?

ஆகவே, அப்படி எதேச்சையாக நமக்குக் கிடைக்கிற பொருட்கள் யாருக்குச் சொந்தமானவை என்று முதலில் தேடவேண்டும், அதுதான் நம்முடைய பொறுப்பு.

எடுத்துக்காட்டாக, நகராட்சிப் பூங்காவில் நமக்கு ஒரு பணப்பை (பர்ஸ்) கிடைக்கிறது என்று வைத்துக்கொள்வோம். சுற்றி விளையாடுகிறவர்கள், நடக்கிறவர்களிடம் அதைக் காட்டி, 'இது உங்களுடையதா?' என்று கேட்கலாம். ஆம் எனில், அதன் அடையாளங்களைச் சொல்லச்சொல்லி, உறுதிப்படுத்திக்கொண்டு அவர்களிடம் அதை ஒப்படைக்கலாம்.

ஒருவேளை, அக்கம்பக்கத்தில் யாரும் இல்லாவிட்டால், அல்லது, 'இது என்னுடையதுதான்' என்று யாரும் முன்வராவிட்டால், அந்தப் பணப்பையில் ஏதேனும் முகவரி, தொலைபேசி எண் உள்ளதா என்று பார்க்கலாம், அதைக்கொண்டு அதன் உரிமையாளரைத் தொடர்புகொள்ளலாம்.

இத்தனை முயற்சிக்குப்பிறகும் நம்மால் அந்தப் பொருளின் உரிமையாளரைக் கண்டறிய இயலாவிட்டால், இப்படிக் கண்டெடுக்கப்பட்ட பொருட்களை உரியவர்களிடம் ஒப்படைக்கும் பொறுப்பு கொண்ட அலுவலர்களிடம் அதைச் சேர்ப்பிக்கவேண்டும். எடுத்துக்காட்டாக, பள்ளி மைதானத்தில் கிடைத்த பொருளைப் பள்ளி அலுவலகத்தில் வழங்கலாம், பூங்காவில் கிடைத்த பொருளை அங்குள்ள காவலரிடம் வழங்கலாம், அல்லது, அருகிலுள்ள காவல் நிலையத்தில் ஒப்படைக்கலாம். ஆக, நமக்குக் கிடைத்த பொருளை உரியவரிடம் ஒப்படைக்கவேண்டும், அல்லது, அந்தப் பொறுப்பு கொண்ட அலுவலர்களிடம் கொடுத்து, 'இது யாருக்குச் சொந்தம் என்று கண்டறிந்து அவர்களிடம் ஒப்படைத்துவிடுங்கள்' என்று சொல்லவேண்டும். அப்படிச் செய்யாமல் நாமே அதைப் பையில் போட்டுக்கொண்டால்,

அதுவும் திருட்டுதான். இன்னொரு வகைத் திருட்டு, பலருக்குச் சொந்தமான பொதுச்சொத்தை நமக்கு உரிமையாக்கிக்கொள்வது.

எடுத்துக்காட்டாக, ஒரு பேருந்தில் இருபது இருக்கைகள், அவை ஒவ்வொன்றிலும் மூன்று பேர் அமரலாம். ஆக, அந்தப் பேருந்தில் அறுபது பேர் வசதியாகப் பயணம் செய்யலாம்.

மாறாக, அந்தப் பேருந்தில் முதலில் ஏறுகிற இருபது பேர் ஆளுக்கு ஓர் இருக்கையில் நன்கு காலை நீட்டிப் படுத்துக்கொள்கிறார்கள் என்று வைத்துக்கொள்வோம். அடுத்து ஏறுகிற நாற்பது பேரும் எங்கு அமர்வார்கள்? அவர்கள் நின்றுகொண்டே பயணம் செய்யவேண்டுமா?

அந்தப் பொதுவான இருக்கையில் மூன்றில் ஒரு பங்குதான் நமக்குச் சொந்தம்; மீதமிருக்கிற இரண்டு பங்கு பிறருக்குச் சொந்தம்; இதை உணராமல் முழு இருக்கையையும் நாமே எடுத்துக்கொள்வது திருட்டு.

இது ஒரு பெரிய விஷயமா என்று நீங்கள் நினைக்கலாம். திருட்டில் பெரிய திருட்டு, சிறிய திருட்டு என்று ஏதுமில்லை, எல்லாமே திருட்டுதான், எல்லாமே தவறுதான். இருக்கையைத் திருடுவது, வீட்டில் பிறருக்கென்று வைத்த தின்பண்டங்களைத் தாங்களே எடுத்து உண்பது, ரயிலில் கூடுதல் பயணிகள் ஏறமுடியாதபடி கதவைச் சாத்திவைப்பது, நதி நீரை உறிஞ்சித் தொழிற்சாலைக்குப் பயன்படுத்துவது, அந்தத் தொழிற்சாலையின் கழிவுகளை அதே நதி நீரில் சேர்த்து மாசுபடுத்துவது என அனைத்தும் திருட்டுகள்தாம். இதன் நீட்சிதான் அலுவலகங்களில், அரசாங்கங்களில் நடக்கிற ஊழல்.

ஆக, பிறருடைய பொருள்மீது ஆசை என்கிற எண்ணத்தை வேரறுக்கவேண்டும்; அதன்மூலம், திருட்டு என்கிற பயிர் வளராமல் தடுக்கலாம்.

12. தேவைகள், விருப்பங்கள்

திருடுகிறவர்கள் எதற்காகத் திருடுகிறார்கள்?

வறுமையால் திருடுகிறவர்கள் உண்டு. பசியினால் ஓர் உணவகத்திலிருந்து இட்லியைத் தூக்கிக்கொண்டு ஓடுகிறவர்கள், கடையிலிருந்து பழத்தையோ ரொட்டிப்பொட்டலத்தையோ பிடுங்கிக்கொண்டு செல்கிறவர்களைப் பார்க்கிறோம்.

சட்டப்படி பார்த்தால் இதுபோன்ற திருட்டுகளும் தவறுதான். ஆனால், இந்தத் 'திருடர்'களை நாம் சற்றுப் பரிவோடே பார்க்கிறோம், அவர்களுடைய உணவுக்கும் வாழ்க்கைக்கும் ஒரு வழி அமைத்துத் தந்துவிட்டால் அவர்கள் திருடமாட்டார்கள் என்று நினைக்கிறோம், அவர்களுக்கு உதவுவதை நம்முடைய சமூகக் கடமையாகக் கருதுகிறோம்.

புறநகர்ப் பகுதியில் மளிகைக்கடை வைத்திருந்தார் ஒருவர்; அவருடைய கடையில் அரிசியைத் திருட முயன்று பிடிபட்டான் ஒருவன்.

அங்கிருந்த மக்களெல்லாம் அந்த இளைஞனைப் பார்த்துக் காறி உமிழ்ந்தார்கள், 'எதுக்கு இந்தத் திருட்டு வேலை? கையும், காலும் நல்லாதானே இருக்கு? எங்கயாவது உழைச்சுப் பிழைச்சா என்ன?' என்று கேள்வி கேட்டார்கள், 'இவனைக் காவல்துறையில ஒப்படைக்கணும்' என்று கத்தினார்கள்.

ஆனால், அந்த மளிகைக்கடைக்காரர் பதற்றப்படவில்லை. அந்த இளைஞனைக் கூர்ந்து கவனித்தார், 'ஏன் திருடினே?' என்று கேட்டார்.

'வீட்ல எல்லாரும் நாலு நாளாப் பட்டினி' என்றான் அவன். தன்னுடைய குடும்பத்தின் வறுமை நிலையை விளக்கினான். 'வேற வழி இல்லாம திருடிட்டேன், என்னை மன்னிச்சுடுங்க.'

மளிகைக்கடைக்காரர் உடனடியாக அவனுக்குச் சாப்பாடு வாங்கிக்கொடுத்தார்; அவனுடைய குடும்பத்தினருக்கும் சாப்பாட்டைப் பொட்டலம் கட்டிக் கொடுத்தனுப்பினார். அத்துடன், அவனுக்குத் தன்னுடைய கடையிலேயே வேலையும் கொடுத்தார்.

இதைப் பார்த்த மக்கள் வாய்விட்டுச் சிரித்தார்கள், 'உங்களுக்கு என்னாச்சு? திருட்டுப்பயலுக்குக் கடையில வேலை கொடுக்கறீங்களே. நாளைக்கே அவன் பெரிய அளவுல எதையாவது திருடிட்டு ஓடப்போறான்' என்றார்கள்.

அதையெல்லாம் மளிகைக்கடைக்காரர் பொருட்படுத்தவில்லை; அந்த இளைஞனுடைய நேர்மையின்மீது அவருக்கு நம்பிக்கை இருந்தது; உழைத்துப் பிழைக்க வாய்ப்பு அமையாததால்தான் அவன் திருடியிருப்பான் என்று அவர் உறுதியாக நம்பினார். ஆகவே, தானே அந்த வாய்ப்பை வழங்கத் தீர்மானித்தார்.

அவர் நினைத்ததுபோலவே, அந்த இளைஞன் கடினமாக உழைத்தான். தன்னுடைய குடும்பத்தை மேம்படுத்தினான். அந்த மளிகைக்கடைக்காரருடைய ஆசியுடன் தனிக்கடை அமைத்து மேலும் முன்னுக்கு வந்தான்.

எல்லாத் திருட்டுகளும் நியாயமாகிவிடாது; அப்படியே இருந்தாலும், எல்லாத் திருடர்களுக்கும் இப்படிப்பட்ட வாய்ப்புகள் அமைந்துவிடாது; அதனால்தான் எவ்வளவு முன்னேறிய சமூகங்களிலும் ஏற்றத்தாழ்வுகள், குற்றச்செயல்கள் இருக்கின்றன. அரசாங்கங்களும் தனியார் அமைப்புகளும் நல்ல மனிதர்களும் அவற்றைச் சரிசெய்வதற்கான வழிகளைச் சிந்தித்துச் செயல்படுத்தியபடி இருக்கிறார்கள்.

இன்னொருபக்கம், உணவு, உடை, உறைவிடம், மற்ற அடிப்படைத் தேவைகளெல்லாம் நிறைவடைந்தபிறகும் திருடுகிறவர்கள் உள்ளார்கள். அவர்களுடைய திருட்டுக்கு என்ன காரணம் இருக்கக்கூடும்?

எடுத்துக்காட்டாக, நாளிதழ்களில், தொலைக்காட்சிகளில் எத்தனையோ ஊழல் வழக்குகளைப்பற்றிப் படிக்கிறோம்; வரி ஏய்ப்பில் ஈடுபட்ட நிறுவனங்கள், தொழிலதிபர்களைப்பற்றிக் கேள்விப்படுகிறோம்; தவறான வழிமுறைகளைப் பயன்படுத்தி முன்னேறுகிறவர்கள் நம்மைச் சுற்றிக் காண்கிறோம். இதுபோன்ற திருட்டுகளுக்குக் காரணம் வறுமை இல்லை, ஆசை. இன்னும் சரியாகச் சொல்வதென்றால், பேராசை.

'நம்முடைய உண்மையான தேவைகள் என்னென்ன என்பதை நாம் எப்போதும் அறிந்திருப்பதில்லை' என்கிறார் காந்தி. 'இன்னொருபக்கம், நம்முடைய விருப்பங்களை நாம் பலமடங்காகப் பெருக்கிக்கொண்டே செல்கிறோம்' என்று கண்டிக்கிறார்.

இங்குள்ள தேவை, விருப்பம் ஆகிய சொற்களைக் கூர்ந்து கவனிக்கவேண்டும். நம்முடைய தேவைகள், விருப்பங்கள் என்னென்ன என்று சிந்திக்கவேண்டும். எடுத்துக்காட்டாக, பசியோடு இருக்கிற ஒருவருக்கு 'உணவு' என்பது கட்டாயத் தேவை, அது கிடைத்தால்தான் அவரால் ஆற்றலுடன் செயல்பட இயலும்.

ஆனால், ஏற்கெனவே சொந்தமாக வீடு வைத்திருக்கிற ஒருவருக்கு 'இன்னொரு வீடு' என்பது தேவை இல்லை, விருப்பம்தான். ஒருவேளை அது கிடைக்காவிட்டாலும் அவரால் இருப்பதைக் கொண்டு மகிழ்ச்சியாக வாழ இயலும்.

இன்றைய உலகில் பலருக்குத் தேவைக்கும் விருப்பத்துக்கும் நடுவிலுள்ள வேறுபாடே புரிவதில்லை; பல விருப்பங்களைத் தேவைகளாகக் கருதிக்கொள்கிறார்கள்; வழக்கமான உழைப்பின்மூலம், நேர்மையான வழிகளின்மூலம் அவை கிடைக்காதபோது, தவறான திருட்டு வழிகளில் அவற்றைப் பெற முயல்கிறார்கள்.

அதற்குப்பதிலாக, நாம் நம்முடைய விருப்பங்களைக் குறைத்துக்கொள்ளலாம் என்பதுதான் காந்தி நமக்குக் காட்டும் வழி. நாம் தேவைகளாக நினைத்துக்கொண்டிருக்கிற பல விஷயங்கள் வெறும் விருப்பங்கள்தாம் என்பதை உணரும்போது, நம்முடைய வாழ்க்கை எளிதாகும், தவறான வழிகளை நாடவேண்டிய கட்டாயம் ஏற்படாது.

'The world has enough for everyone's need, but not everyone's greed' என்பது காந்தியின் புகழ்பெற்ற பொன்மொழி. அதாவது, இந்த உலகத்தில் நம் எல்லாருடைய தேவைகளையும் நிறைவு செய்யக்கூடிய வளங்கள் உள்ளன; நாம் அனைவரும் அவற்றைப் பயன்படுத்திக்கொண்டு மகிழ்ச்சியாக வாழலாம்.

மாறாக, நம்முடைய பேராசைகளோடு உலகத்தை அணுகினால், இங்குள்ள வளங்கள் யாருக்கும் போதாது, திருட்டும் ஊழலும் நேர்மையின்மையும்தான் தொடரும், யாரும் மகிழ்ச்சியுடன், மன நிறைவுடன் வாழ இயலாது.

திருடமாட்டேன் என்பதில் உறுதியோடு இருக்கிறவர்கள் தங்களுடைய விருப்பங்களைக் கொஞ்சம்கொஞ்சமாகக் குறைத்துக்கொள்வார்கள்; அடிப்படைத் தேவைகளைமட்டும் நிறைவேற்றிக்கொண்டு எளிமையாக வாழப் பழகுவார்கள்; தங்களுடைய தேவைக்குமேல் உள்ளதைப் பிறருக்குக் கொடுத்துச் சமூகத்தின் முன்னேற்றத்துக்கு உதவுவார்கள்.

பொருளைத் திருடுகிறவர்களைப்போல, அறிவைத் திருடுகிறவர்களும் இவ்வுலகில் உண்டு. அதாவது, மற்றவர்களுடைய சிந்தனைகளை, கற்பனைகளை, உழைப்பைத் தங்களுக்குச் சொந்தமாக்கிக்கொண்டு முன்னேறுகிறவர்கள் இவர்கள்.

எடுத்துக்காட்டாக, பள்ளி மாணவர்களுக்கான நாடகப்போட்டி ஒன்று நடைபெறுகிறது. அதில் ஒரு மாணவன் கலந்துகொண்டு பரிசு வெல்கிறான்.

ஆனால் உண்மையில், பரிசு பெற்ற நாடகத்தை அந்த மாணவன் எழுதவில்லை. அவனுடைய உறவினர் ஒருவர்தான் அதை

எழுதித்தந்திருக்கிறார். அவர் எழுதிய நாடகத்தைத் தன்னுடைய படைப்பாக முன்வைத்து வெற்றியடைகிறான் அவன். அதாவது, அறிவுத்திருட்டின்மூலம் பரிசை வெல்கிறான்.

இது எப்படி அறிவுத் திருட்டாகும்? அந்த உறவினர் தானே விரும்பிதானே அந்த நாடகத்தை அவனுக்கு எழுதித் தந்தார்?

உண்மைதான். ஆனால், முப்பது வயதுக்காரர் எழுதிய நாடகம் பதினைந்து வயதுக்காரர்களுக்கான போட்டியில் இடம்பெறலாமா? யாரோ எழுதிய நாடகத்தைத் தன்னுடைய நாடகமாகக் கூறிக்கொண்ட இந்த மாணவன், நேர்மையான, போட்டி விதிகளை உண்மையாகப் பின்பற்றிய மற்ற மாணவர்களுடைய வாய்ப்புகளைத் திருடிவிடவில்லையா?

அறிவுத் திருட்டை எப்படித் தடுக்கலாம்?

நம்முடைய சிந்தனையில் உருவான படைப்புகள்மட்டும்தான் நமக்குச் சொந்தம் என்கிற புரிந்துகொள்ளல் வரவேண்டும். அதை மெருகேற்றுவதற்காகப் பிறரிடம் யோசனை கேட்கலாம், உதவியைப் பெற்றுக்கொள்ளலாம், ஆனால், அதையெல்லாம் மறைக்காமல் வெளியில் சொல்லிவிடவேண்டும், கதையோ, கவிதையோ, கட்டுரையோ, ஒரு புதிய யோசனையோ, ஓவியமோ, புகைப்படமோ, இன்னொருவருடைய படைப்பை நம்முடைய படைப்பாகக் கூறிக்கொள்ளும் எண்ணமும், அதன்மூலம் வருகிற பாராட்டுகளும் விருதுகளும் நமக்கு ஒருபோதும் வேண்டாம்.

13. உடைமையில்லா உயர்நிலை

திருடுவது குற்றம். உண்மைதான், அப்படியானால், திருடத் தூண்டுவது?

ஒரு தெருவில் அருகருகில் இரண்டு வீடுகள் உள்ளன. முதலாவது வீட்டில் ஏதோ விழா, அறுசுவை உணவு பரிமாறப்பட்டுக்கொண்டிருக்கிறது, பாயசத்திலேயே நான்கு வகை, காய்கறிகள் ஐந்தாறு, சாதம், தோசை, சப்பாத்தி, இனிப்புகள், பழங்கள் என்று அசத்துகிறார்கள்.

அதற்குப் பக்கத்திலிருக்கும் இரண்டாவது வீட்டில் ஓர் ஏழைக்குடும்பம் வசிக்கிறது. அன்றன்றைக்கு வேலை செய்து, அதில் கிடைக்கும் கூலியைக் கொண்டு பிழைக்கிறது.

ஆனால், ஏதோ காரணத்தால் அன்று அவர்களுக்கு வேலை கிடைக்கவில்லை, அதனால் கூலியும் இல்லை, வீட்டில் எல்லாரும் பட்டினி கிடக்கிறார்கள்.

அந்த வீட்டில் ஒரு சிறுவன், பசியோடு வெளியில் வருகிறான், பக்கத்து வீட்டிலிருந்து வருகிற சுவையான உணவின் நறுமணம் அவனை ஈர்க்கிறது, சுவர் ஏறிக் குதித்து அந்த உணவைத் திருடிவிடலாமா என்று யோசிக்கிறான்.

அந்தப் பையன் திருடன் இல்லை. நல்லவன்தான். ஆனால், அவன் பசியோடு உள்ளபோது, பக்கத்து வீட்டில் தேவைக்குமேல் உணவு குவிந்திருப்பதைப் பார்க்கும்போது, திருடவேண்டும் என்று அவனுடைய மனம் நினைக்கிறது. சூழ்நிலை அவனை அவ்வாறு எண்ணத் தூண்டுகிறது.

பலவிதங்களில், நாம் வாழும் இந்த உலகமும் அந்த இரண்டு வீடுகளைப்போலதான் இருக்கிறது. இங்கு இருப்பவர்கள், இல்லாதவர்கள் என்ற குழுக்கள் உள்ளன, அவற்றுக்கிடையிலான வேறுபாடு மிகப்பெரிதாக இருக்கிறது.

எடுத்துக்காட்டாக, ஒரு நாளைக்கு ஒரு வேளைகூட ஒழுங்கான சாப்பாட்டுக்கு வழியில்லாமல், உடுத்திக்கொள்ள நல்ல ஆடை இல்லாமல், தங்குவதற்குப் பாதுகாப்பான இடம் இல்லாமல் தவிக்கிற குடும்பங்கள் உலகம்முழுக்கக் கோடிக்கணக்கில் உள்ளன; அதே நேரம், ஏழெட்டுக் கார்கள், வெவ்வேறு ஊர்களில் வீடுகள், ஒருமுறை அணிந்த ஆடையை ஆண்டுமுழுக்க மீண்டும் அணியத் தேவையில்லாத வசதி கொண்டோரும் உள்ளார்கள்.

ஒரு நிலம் ஏற்றத்தாழ்வுகளுடன் இருக்கிறது என்றால், மேட்டில் உள்ள மண்ணை வெட்டிப் பள்ளத்தில் போட்டு நிரப்புவார்கள், அதன்மூலம் அந்நிலத்தைச் சமதளமாக்குவார்கள். அதுபோல, இந்தச் சமூக ஏற்றத்தாழ்வுகளை நிரப்ப இயலுமா?

மனமிருந்தால் வழியுண்டு. இதற்கான எடுத்துக்காட்டுகளை உலகம்முழுக்கக் காண்கிறோம். பணக்காரர்கள் தங்களுடைய செல்வத்தின் கணிசமான பகுதியை ஏழைகளுக்கு வழங்குகிறார்கள், பெரிய நிறுவனங்கள் CSR (Corporate Social Responsibility) எனப்படும் சமூகப் பொறுப்புச் செயல்பாடுகளின்மூலம் ஏராளமானோருக்கு உதவுகிறார்கள்.

ஆனால், இத்தனைக்குப்பிறகும் உலகில் ஏழைகளின் எண்ணிக்கை குறையவில்லை, அவர்களுடைய வாழ்க்கைத்தரமும் உயரவில்லை; இன்னும் நிரப்பப்படவேண்டிய பள்ளங்கள் நிறைய உள்ளன. என்ன செய்யலாம்? இந்தப் பிரச்னையை எப்படித் தீர்க்கலாம்?

இந்தக் கேள்விக்குப் பதிலாக, இயேசு, முகம்மது நபி, புத்தர், குரு நானக், கபீர்தாஸ், சைதன்யர், சங்கரர், தயானந்தர், ராமகிருஷ்ணர் ஆகியோரைக் கவனிக்கச்சொல்கிறார் காந்தி. இவர்களுக்குள் என்ன ஒற்றுமை என்று சிந்திக்கச்சொல்கிறார்.

இவர்கள் எல்லாரும் இவ்வுலகை வளமாக்கியவர்கள்; பல்லாயிரக்கணக்கான மக்களுடைய ஆளுமையின்மீது மிகுந்த தாக்கத்தைக் கொண்டிருந்தவர்கள்.

ஆனால், அதைத் தாண்டி இவர்களுக்குள் இன்னோர் ஒற்றுமையும் உண்டு: இவர்களில் யாரும் பெரிய மாளிகைகளில் வசதியோடு வாழவில்லை, இன்னும் இன்னும் பொருள் சேர்க்கவேண்டும் என்று திரியவில்லை, தாங்களே விரும்பி வறுமையை ஏற்றுக்கொண்டார்கள்.

இன்னொருபக்கம், நவீன உலகம் பொருள் சார்ந்து இயங்குகிறது. இன்னும் நிறையப் பணம், இன்னும் சில வீடுகள், இன்னும் வசதியான வாழ்க்கை என்று ஏங்குகிறது, தேவைக்கு மீறிப் பொருட்களை வாங்கிக் குவிக்கிறது, அதனால் மகிழ்ச்சி கிடைத்துவிடும் என்று நினைக்கிறது.

‘நான் உழைக்கிறேன், நான் சம்பாதிக்கிறேன், நான் பொருட்களை வாங்கிக் குவிக்கிறேன், அதில் உங்களுக்கு என்ன பிரச்னை?’ என்று சிலர் கேட்கலாம், ‘நான் என்ன பிறரை ஏமாற்றினேனா? அவர்களிடமிருந்து பிடுங்கினேனா? நேர்மையான வழியில் சம்பாதித்து, அரசுக்கு வரி கட்டிவிட்டு வசதியாக வாழ்வதில் என்ன தவறு?’ என்று சண்டைக்கு வரலாம்.

இந்தக் கேள்விக்குப் பதில் சொல்லுமுன், காந்தி நம்மிடம் வேறொரு கேள்வியைக் கேட்கிறார், ‘இப்படி நன்கு சம்பாதித்து வசதியாக வாழ்கிறவன் உண்மையிலேயே மகிழ்ச்சியாக இருக்கிறானா?’

ம்ஹூம், இல்லை, நன்கு சம்பாதிக்கும்போது, மேலும் சம்பாதிக்கவேண்டும் என்கிற எண்ணம் வருகிறது, நன்கு வசதியாக வாழும்போது, இன்னும் வசதி வேண்டும் என்கிற எண்ணம் வருகிறது, ஆகவே, உண்மையான மகிழ்ச்சி கிடைப்பதே

இல்லை, மேலும், மேலும் என்று ஓடிக்கொண்டுதான் இருக்கிறோம். அவை கிடைத்தபின் மேலும் சிலவற்றைத் தேடி ஓடுகிறோம்.

இதன் பொருள், உண்மையான மகிழ்ச்சி மேலும் மேலும் பொருட்களைச் சேர்த்துக்கொண்டேபோவதில் இல்லை, நம்முடைய தேவைக்கு மேல் உள்ள பொருட்களை மேலும் மேலும் குறைத்துக்கொண்டேபோவதில்தான் இருக்கிறது. இதை 'உடைமையின்மை' *(Non-possession)* என்று அழைக்கிறார் காந்தி.

அதாவது, நம்முடைய அடிப்படையான தேவைகள் என்னவோ அவற்றுக்குத் தேவையானவற்றைமட்டும் வைத்துக்கொண்டு, மற்றவற்றைத் தேவையுள்ள பிறருக்கு வழங்கிவிடவேண்டும். இருபது சட்டைகள் வைத்திருக்கிற ஒருவர், அதில் ஐந்தாறைமட்டும் வைத்துக்கொண்டு மற்றவற்றைச் சட்டையில்லாத பிறருக்கு வழங்குவதைப்போல.

அதென்ன ஐந்தாறு சட்டைகள் கணக்கு? இரண்டு சட்டைகள் போதாதா? ஒரு சட்டை போதாதா?

ஒவ்வொரு தனிநபருக்கும் 'அடிப்படைத் தேவை' என்ன என்பது மாறுபடும், நம் மனம் எந்த அளவு கனிகிறதோ, அந்த அளவுக்குத் தேவைகள் குறையும், நம்மிடம் இருப்பதைக் கொண்டு பிறருக்கு உதவும் எண்ணம் வரும். காந்தி அந்த ஒரு சட்டையையும் அணியாமல் எங்கும் சென்றுவந்தவர் என்பதை நினைவில் கொள்ளுங்கள்.

ஆனால், அப்பேர்ப்பட்ட காந்தியே முதன்முதலாக 'உடைமையின்மை'யை முயன்றுபார்த்தபோது மிகவும் சிரமப்பட்டாராம்; பல தடுமாற்றங்களுக்குப்பிறகுதான் அவரால் இதைப் பின்பற்ற இயன்றதாம்; அந்தக் கதையை அவரே சுவையாகச் சொல்கிறார், நமக்கு வழிகாட்டுகிறார்.

14. சொத்து என்னும் சுமை

காந்தி முதன்முதலாக அரசியல் களத்துக்கு வந்தபோது அவருக்குள் ஒரு கேள்வி, 'அரசியலில் ஈடுபடும் நான் எந்தத் தவறும் செய்யக்கூடாது, பொய் சொல்லக்கூடாது, உண்மையாகவே மக்களுக்காக உழைக்கவேண்டும், அரசியலின்மூலம் எனக்கென்று எந்தத் தனிப்பட்ட லாபத்தையும் எதிர்பார்க்கக்கூடாது. அதற்கு என்ன வழி?'

இதைப்பற்றிக் காந்தி தீவிரமாக யோசித்தார், இந்தப் பிரச்னைக்கு ஒரு நல்ல தீர்வைக் கண்டறிந்தார், 'எனக்கென்று ஏதாவது சொத்து இருந்தால்தானே அரசியலின்மூலம் அதைப் பெருக்கிக்கொள்ளவேண்டும் என்று யோசிப்பேன்? ஒருவேளை, என்னுடைய சொத்துகள் அனைத்தையும் நான் பிறருக்கு வழங்கிவிட்டால்? எனக்கென்று எந்தச் சொத்தும் இல்லாத, எந்தச் சொத்தையும் எதிர்பார்க்காத நிலைக்குச் சென்றுவிட்டால்? அதன்பிறகு, எந்தத் தவறான எண்ணமும் எனக்கு வராது, மக்களுடைய நலன்மட்டுமே முக்கியம் என்று கருதி உழைப்பேன்.'

இப்படிச் சிந்தித்த காந்தி, தன்னுடைய சொத்துகள் அனைத்தையும் தேவையுள்ள மற்றவர்களுக்கு வழங்கிவிடலாம் என்று தீர்மானித்தார். சொத்தில்லாத சுதந்திர மனிதராக

மக்களுக்குச் சேவை செய்து வாழத் தீர்மானித்தார். ஆனால், அவர் நினைத்ததுபோல் அது அத்தனை எளிதாக இருக்கவில்லை. காந்தியின் தீர்மானத்துக்கு முதல் எதிர்ப்பு அவருடைய மனைவியிடமிருந்தும் பிள்ளைகளிடமிருந்தும் வந்தது.

அவர்களுடைய எதிர்ப்பு நியாயமானதுதானே? நம்முடைய சமூகத்தில் ஒருவருடைய சொத்தை வைத்துதான் எல்லாரும் அவரை மதிக்கிறார்கள், அதைக் கொண்டுதான் அவருடைய குடும்பத்தார் தங்களுடைய உடனடி மற்றும் நீண்டகாலத் தேவைகளை நிறைவுசெய்துகொள்கிறார்கள். இந்நிலையில் காந்தி எல்லாச் சொத்துகளையும் பிறருக்கு வழங்கிவிட்டால், அவருடைய குடும்பத்தினருக்குப் பாதிப்புகள் இருக்கும்தானே?

ஆகவே, காந்தியின் தீர்மானத்தை அவருடைய குடும்பத்தினர் எதிர்த்தார்கள். எனினும், காந்தி தன்னுடைய சிந்தனையில் உறுதியாக இருந்தார், அதை அவர்களுக்கும் கொஞ்சம்கொஞ்சமாக விளக்கினார், 'சொத்துகளைத் துறப்பதால் நாம் மோசமான வாழ்க்கையை வாழப்போவதில்லை, சொல்லப்போனால், சொத்துகளைத் துறந்தபிறகுதான் நாம் முன்பைவிடக் கூடுதல் மகிழ்ச்சியுடன் வாழப்போகிறோம்' என்று புரியவைத்தார்.

அதே நேரம், சொத்துகளைத் துறந்துவிடலாம் என்று மனத்தளவில் தீர்மானித்துவிட்ட காந்திக்கே உண்மையில் அது சற்றுக் கடினமாகத்தான் இருந்தது. அவர் அனைத்தையும் உடனே துறந்துவிடவில்லை. தொடக்கத்தில் சில பொருட்களைமட்டும் துறந்தார், அதுவே அவருக்கு வலியைத் தந்தது.

ஆனால், நாட்கள் செல்லச்செல்ல, துறப்பது அவருக்குப் பழகிவிட்டது, பிடித்துவிட்டது, தன்னிடமிருந்த பல பொருட்களை அவரால் தயக்கமின்றிப் பிறருக்கு அளிக்க இயன்றது, பின்னர் அது மகிழ்ச்சியையும் தரத் தொடங்கியது.

அதாவது, தொடக்கத்தில் வலியோடு பொருட்களைத் துறந்தார், பின்னர் வலியில்லாமல் துறந்தார், அதன்பிறகு, மகிழ்ச்சியுடன்

துறந்தார், முன்பைவிடக் கூடுதல் எண்ணிக்கையிலான பொருட்களை மிக விரைவாகத் துறந்தார், கொஞ்சம் கொஞ்சமாகத் தாம் விரும்பிய 'சொத்தில்லாத நிலை'க்குச் சென்றுவிட்டார்.

அதே நேரம், இப்படித் தன்னுடைய சொத்துகளையெல்லாம் விட்டுக்கொடுத்த அதே காலகட்டத்தில் காந்தி மக்களுடைய உள்ளங்கள் என்கிற சொத்தை ஏராளமாகப் பெற்றுக்கொள் ளத்தொடங்கியிருந்தார். அந்தவிதத்தில் உலகின் மிகப்பெரிய செல்வந்தர் அவர்தான்.

சொத்துகளை விட்டுக்கொடுத்ததால் காந்திக்கு என்ன கிடைத்தது?

'என்னுடைய தோள்களிலிருந்து ஒரு பெரிய சுமை விலகியதைப் போல் நான் உணர்ந்தேன்' என்கிறார் காந்தி, 'இப்போது, நான் சிரமமில்லாமல் கைவீசி நடக்கிறேன், மிகவும் வசதியாக, மிகவும் மகிழ்ச்சியாக மக்களுக்குச் சேவை செய்கிறேன்.'

பணம், நகைகள், பொருட்கள் போன்றவற்றை இந்த உலகம் பெரிய சொத்தாக நினைக்கிறது, மதிக்கிறது. ஆனால் காந்தியோ, அவற்றைச் சுமையாக நினைக்கிறார். அது ஏன்?

நீங்கள் எதையாவது உங்களுடைய சொத்து என்று கருதினால், மற்றவர்களிடமிருந்து அதைப் பாதுகாக்கவேண்டும், அதற்காக அரசாங்கம், காவல்துறையின் உதவியை நாடவேண்டும், அத்தனைக்குப்பிறகும், யாராவது அதைப் பிடுங்கிக்கொண்டு விடுவார்களோ என்கிற அச்சத்துடன் வாழவேண்டும்.

மாறாக, தேவையுள்ள இன்னொருவருக்கு அந்தப் பொருளை நீங்களே முன்வந்து வழங்கிவிட்டால், அதன்பிறகு பதற்றமில்லை, அச்சமில்லை, உங்களுக்கும் மகிழ்ச்சி, அவர்களுக்கும் மகிழ்ச்சி.

இப்படி வழங்குகிற மனம் எளிதில் கிடைத்துவிடாது. எவ்வளவு இருந்தாலும் இன்னும் கொஞ்சம் சேர்க்கலாமே என்று நினைப்பதுதான் மனித இயல்பு. அதே நேரம், மன நிறைவில்தான் உண்மையான மகிழ்ச்சி இருக்கிறது என்று

பெரியோர்கள் சொல்வார்கள். அதாவது, நூறு கோடி ரூபாய் சம்பாதித்துவிட்டு, 'இன்னும் ஐம்பது கோடி சம்பாதித்தால் நன்றாக இருக்குமே' என்று ஏங்குகிறவரைவிட, கையில் இருக்கும் ஆயிரம் ரூபாயை எண்ணி, 'இது என்னுடைய வாழ்க்கைக்குப் போதுமானது' என்று மன நிறைவு கொள்கிறவர் கூடுதல் மகிழ்ச்சியுடன் இருக்கிறார்.

இதைத்தான் காந்தி தன்னுடைய தொண்டர்களுக்கு அறிவுறுத்தினார். எளிமையான வாழ்க்கை போதும், நம்முடைய தேவைகளுக்காக நாம் உழைப்போம், அதில் கிடைக்கும் வருவாயைக் கொண்டு வாழ்வோம், அப்போதுதான் சேவை செய்கிற மனநிலை நமக்கு இருக்கும், மிகுதியான செல்வத்துடன் ஆடம்பரமாக வாழ்வதைவிட இந்த எளிய வாழ்க்கைதான் சிறப்பானது என்றார்.

இன்னொரு விஷயம், காந்தி இந்தியர்களுக்காக உழைக்கத் தொடங்கிய காலகட்டத்தில் நம் ஊர் மக்களுடைய சராசரி வருவாய் மிகக் குறைவு. அதைக்கொண்டு தங்களுடைய உணவு, உடை, மற்ற தேவைகளையெல்லாம் நிறைவேற்றிக்கொள்வதற்கு அவர்கள் சிரமப்பட்டார்கள். இந்தச் சூழ்நிலையில், ஆடம்பரமாக வாழ்வது ஒரு சமூகப் பாவமாகவும் ஆகிறது. பக்கத்து வீட்டில் ஒருவர் கிழிந்த ஆடையோடு இருக்கும்போது, நம்முடைய அலமாரியில் நூற்றுக்கணக்கான புத்தாடைகளை அடுக்கிவைத்து அழகுபார்க்கலாமா?

காந்தி பணக்காரர்களுக்கு எதிரானவர் இல்லை. சொல்லப்போனால், பல பெரும் பணக்காரர்கள் அவரைத் தேடி வந்து தொண்டர்களானார்கள். அவர்களுக்கெல்லாம் அவர் சொன்ன அறிவுரை, உங்கள் சொத்தைக் கொண்டு உங்களால் இயன்றவரை பிறருக்கு உதவுங்கள், அதைச் செய்வதற்காகதான் கடவுள் உங்களைப் பணக்காரராக்கியிருக்கிறார் என்று எண்ணிக்கொள்ளுங்கள்.

இன்றைய உலகம் ஆடம்பரமான வாழ்க்கையைப் பெரிதாகக் கருதுகிறது. நிறையச் செல்வம், ஏராளமான பொருட்களுடன் வாழ்வதை மகிழ்ச்சியாக நினைக்கிறது. அதே நேரம், நம்மிடம்

ஏற்கெனவே இருப்பவற்றையும் குறைத்துக்கொள்வதில்தான் உண்மையான மகிழ்ச்சி உள்ளது என்று அறிவுறுத்தியதுடன், அதை வாழ்ந்தும் காட்டியிருக்கிறார் காந்தி. அவருடைய தொண்டர்கள் எல்லாரும் இதேபோன்ற எளிய வாழ்க்கையை விரும்பி ஏற்றுக்கொண்டவர்கள், ஏற்றுக்கொண்டிருப்பவர்கள், அதில் மகிழ்ச்சி காண்பவர்கள்!

15. அச்சமில்லை, அச்சமில்லை

அன்றைய அரசர்களிடம் நான்குவிதமான படைகள் இருந்தன: யானைப்படை, குதிரைப்படை, தேர்ப்படை, காலாட்படை. அதேபோல், இந்த அரசர்களிடம் பலவிதமான ஆயுதங்களும் இருந்தன: வில், வேல், வாள், இன்னும் பல.

இந்தப் படைகள், ஆயுதங்களின் அளவைப் பொறுத்துதான் அன்றைய அரசர்கள் மதிக்கப்பட்டார்கள். அதாவது, பெரிய படையை வைத்திருக்கிற அரசர்களைப் பார்த்து மற்ற அரசர்கள் அஞ்சுவார்கள், அவர்களைத் தொந்தரவு செய்யாமல் அவர்களுடன் நட்பாக இருக்க முயல்வார்கள்.

இன்றைக்கும் இந்தக் கதை தொடர்கிறது. ஒரே வேறுபாடு, படைகளும் ஆயுதங்களும் மாறிவிட்டன: இப்போதைய அரசர்கள், அதாவது, பல்வேறு நாடுகளின் தலைவர்கள் விமானப்படை, கப்பற்படை, தரைப்படைகளை வைத்திருக்கிறார்கள், பீரங்கிகள், ஏவுகணைகள், துப்பாக்கிகள் போன்ற ஆயுதங்களை வைத்திருக்கிறார்கள். அந்தப் படைகள், ஆயுதங்களின் அளவுக்கேற்ப அந்த நாடுகள் மதிக்கப்படுகின்றன.

ஆனால், பழைய அரசரானாலும் சரி, இன்றைய தலைவரானாலும் சரி, ஓர் ஆட்சியாளருடைய மிகப் பெரிய

சொத்து, அவரிடம் உள்ள படையோ, ஆயுதங்களோ இல்லை, அவருடைய துணிவுதான்.

யோசித்துப்பாருங்கள், உங்களிடம் எப்பேர்ப்பட்ட நவீன துப்பாக்கி இருந்தாலும், எதிரியை நோக்கி அந்தத் துப்பாக்கியை நீட்டிச் சுடுகிற துணிச்சல், அச்சமின்மை இல்லாவிட்டால் என்ன பயன்?

இன்னொருபக்கம், உங்களிடம் எந்த ஆயுதமும் இல்லாவிட்டாலும் பரவாயில்லை, ‘எதிரியை வெல்லவேண்டும்’ என்கிற மன உறுதியும், ‘நம்மால் வெல்லமுடியும்’ என்கிற துணிச்சலும் இருந்தால் போதுமே! உங்கள் கையையே ஆயுதமாகப் பயன்படுத்திப் போரிட்டு வென்றுவிடுவீர்கள்தானே?

‘வாளையோ துப்பாக்கியையோ ஏந்தியவர் வீரர் இல்லை, அச்சமின்மையை ஏந்தியவர்தான் உண்மையான வீரர்’ என்கிறார் காந்தி. அதனால்தான், உலகிலேயே மிகப் பெரிய, மிகவும் வலிமை மிக்க படையைக் கொண்டிருந்த பிரிட்டிஷ் ஆட்சியாளர்கள் எந்த ஆயுதமும் இல்லாமல் அகிம்சையைக் கொள்கையாகக் கொண்ட காந்திக்கு அஞ்சினார்கள், அவருடன் பேச்சுவார்த்தை நடத்தினார்கள், அவருடைய சிந்தனைகள் தங்களுக்கு உவப்பானவையாக இல்லாவிட்டாலும், அவற்றைக் காதுகொடுத்துக் கேட்டார்கள், மதித்தார்கள்.

நம் ஒவ்வொருவருக்கும் இந்த அச்சமின்மை ஓர் அவசியத் தேவையாகும். உண்மையில், காந்தி வலியுறுத்துகின்ற மற்ற அனைத்தையும் பின்பற்றுவதற்கு அச்சமின்மை ஓர் அடிப்படைத் தேவையாகும்.

எடுத்துக்காட்டாக, ஒருவர் திருடக்கூடாது என்று நினைக்கிறார். அப்படியானால், திருடாமலிருப்பதன் விளைவுகளைக் கண்டு அவர் அஞ்சக்கூடாது, அதாவது, பிறருடைய பொருளைக் கவர்ந்துகொள்ளாமல், தன்னிடம் உள்ளவற்றைமட்டும் வைத்து மகிழ்ச்சியாக வாழத் துணியவேண்டும்.

இன்னொருவர், பொய் பேசக்கூடாது என்று நினைக்கிறார். அப்படியானால், ‘என்னுடைய பெற்றோர், ஆசிரியர்,

உறவினர்கள், நண்பர்கள், மற்றவர்கள் என்னதான் வற்புறுத்தினாலும் நான் உண்மையைத்தான் பேசுவேன், ஒருவேளை அவர்கள் பொய் பேசினாலும், நான் அதை எதிர்த்து நிற்பேன்' என்கிற துணிச்சல் அவருக்கு வரவேண்டும்.

அரிச்சந்திரருடைய கதையைக் கேள்விப்பட்டிருப்பீர்கள். உண்மையைப் பின்பற்றவேண்டும், தவறான வழியில் நடக்கக்கூடாது என்பதற்காக அந்த அரசர் அனைத்தையும் இழக்கத் துணிந்தார். அந்த அச்சமின்மையைத்தான் காந்தி வலியுறுத்துகிறார்.

ஒருவேளை, அரிச்சந்திரருடைய கதை வெறும் கற்பனை என்று நீங்கள் எண்ணலாம். அது கற்பனையாகவே இருந்தாலும், அதில் சொல்லப்பட்டுள்ள உயர்ந்த கருத்துகள் உண்மையானவை, நாம் பின்பற்றவேண்டியவை. 'உண்மையை நாடுகிற ஒவ்வொருவரும் தங்களுடைய சொந்த அனுபவத்தின் அடிப்படையில் இதை அறிவார்கள்' என்கிறார் காந்தி.

'அச்சமின்மை'யில் பல வகைகள் உள்ளன. எடுத்துக்காட்டாக, வெள்ளத்தில் சிக்கிய ஒருவரைக் காப்பாற்றுவதற்காக நீரில் குதித்து நீந்துகிறார் ஒருவர், அவர் தன்னுடைய உயிருக்கு அஞ்சவில்லை என்பதை இந்நிகழ்ச்சி காட்டுகிறது.

இன்னொருவர், தன்னிடம் உள்ள சேமிப்புப் பணத்தை முதலீடு செய்து ஒரு நல்ல தொழிலை நடத்துகிறார். அதனால் இழப்பு வந்தாலும் பரவாயில்லை, நல்லதைச் செய்வதுதான் முக்கியம் என்று எண்ணித் துணிகிறார். வேறொருவர், தன்னைச் சுற்றி நடக்கிற தவறுகளை நேர்மையுடன் சுட்டிக்காட்டுகிறார். இதனால் மற்றவர்களுடன் அவருக்குள்ள நல்லுறவு கெடுகிறது, அவருக்கு வரவேண்டிய வாய்ப்புகள்கூட வருவதில்லை. இவ்வுலகைச் சரியாக்குவதற்காக இந்த இழப்புகளை அவர் துணிவோடு ஏற்றுக்கொள்கிறார்.

மற்றொருவர் ஏதோ ஒரு பணிக்காக ஓர் அலுவலகத்தை அணுகுகிறார். 'இத்தனை ரூபாய் கையூட்டு கொடுத்தால் உடனே வேலை நடக்கும், இல்லாவிட்டால் பல ஆண்டுகளாகும்' என்கிறார்கள் அங்குள்ள அலுவலர்கள். 'எனக்கு எந்த

அவசரமும் இல்லை, கையூட்டு தரமாட்டேன்' என்று துணிச்சலுடன் சொல்லிவிட்டுக் காத்திருக்கிறார் அவர்.

இந்த எடுத்துக்காட்டுகள் அனைத்திலும், ஏதோ ஓர் இழப்புக்கான சாத்தியம் உள்ளது. ஆனால், இந்த மனிதர்கள் அதைக் கண்டு அஞ்சுவதில்லை. உயிரையோ, பணத்தையோ, உறவுகளையோ, வேறு வசதிகளையோ இழந்தாலும் பரவாயில்லை என்கிற மன உறுதியுடன் செயல்படுகிறார்கள், காரணம், அதுதான் சரியான பாதை என்பது இவர்களுக்குத் தெரியும், இழப்பைக் கண்டு அஞ்சாததால், தவறான பாதையில் சென்று நன்மை பெற்றுக்கொள்ளலாமே என்கிற எண்ணம்கூட இவர்களுக்கு வருவதில்லை.

உண்மையில், தவறு செய்யவேண்டும் என்று யாருமே விரும்புவதில்லை. அடிப்படையில் எல்லாரும் நல்லவர்கள்தாம், சரியானவற்றைமட்டுமே செய்யவேண்டும் என்று விரும்புகிறவர்கள்தாம். ஆனால், அந்தச் சரியான பாதையின்மூலம் ஏதோ ஒன்று கிடைக்காது என்கிற சூழ்நிலை ஏற்படும்போதுதான் பெரும்பாலானோர் அஞ்சிவிடுகிறார்கள், பாதை மாறிவிடுகிறார்கள்.

'சரியானவற்றைச் செய்ய நாம் ஒருபோதும் அஞ்சக்கூடாது' என்கிறார் காந்தி, 'அப்படி அஞ்சினால், நாம் உண்மையையே நசுக்கிவிடுகிறோம் என்று பொருள். ஆகவே, நமக்கு எது சரி என்று தோன்றுகிறதோ அதை அச்சமின்றிச் செய்யவேண்டும்.'

அதே நேரம், அச்சமின்றிச் செயல்படுகிறவர்கள் அதில் ஆணவம் காட்டக்கூடாது என்றும் காந்தி அறிவுறுத்துகிறார். 'உண்மையில், ஆணவம் என்பதே அச்சத்தின் வெளிப்பாடுதான். அச்சமில்லாதவர்கள் அமைதியாகவே நடந்துகொள்வார்கள், ஆவேசப்படமாட்டார்கள்.'

அச்சமின்மையை இந்த அளவுக்கு வலியுறுத்துகிற காந்தி, ஒரே ஒரு விஷயத்துக்காக நாம் எப்போதும் அஞ்சவேண்டும் என்றும் சொல்கிறார். அது என்ன?

16. உள்ளுக்குள் ஒரு குரல்

அரசரும் இளவரசரும் மாலை நேரத்தில் நீரூற்றுக்கு அருகில் அமர்ந்திருந்தார்கள், இனிமையான தென்றல் காற்று அவர்களை வருடிக்கொண்டிருந்தது.

அப்போது, இளவரசர் கேட்டார், ‘அரசே, எனக்கு ஓர் ஐயம் இருக்கிறது. தெளிவுபடுத்துவீர்களா?’

‘எதுவானாலும் தயங்காமல் கேள் மகனே’ என்றார் அரசர். ‘நீ நாளைக்கு இந்த நாட்டை ஆளப்போகும் அரசன். உனக்கு எல்லா நல்ல விஷயங்களையும் சொல்லித்தரவேண்டியது என் பொறுப்பு.’

‘என் ஐயமும் அதைப்பற்றியதுதான்’ என்றார் இளவரசர். ‘நம் நாட்டைச் சுற்றிப் பல சிறிய, பெரிய நாடுகள் இருக்கின்றன. அவர்களெல்லாம் என்றைக்காவது நம்மீது போர் தொடுத்து நம்மைப் பிடித்துவிடுவார்களோ என்கிற அச்சம் உங்களுக்கு இல்லையா?’

‘அச்சம் என்று சொல்ல இயலாது, ஆனால், எச்சரிக்கை உண்டு’ என்று சிரித்தார் அரசர். ‘அதனால்தான் நாம் மிகுந்த செலவு செய்து பலப்பல படைகளை வைத்திருக்கிறோம். எந்த

நேரத்தில் யார் தாக்கினாலும் அவர்களைத் தடுத்து வெல்லத் தயாராக இருக்கிறோம்.'

'அப்படியானால், நம்மைச் சுற்றியிருக்கிற அரசர்களில் யாரைப் பார்த்தும் உங்களுக்கு அச்சம் வராதா?'

'இல்லை, வெளியிலுள்ள யாரைப் பார்த்தும் நான் அஞ்சவில்லை. எந்த அரசரும் அப்படி அஞ்சக்கூடாது' என்று கம்பீரமாகச் சொல்லிவிட்டு மீசையை முறுக்கிக்கொண்டார் அரசர், 'ஆனால், உள்ளே இருக்கிற சிலரைப் பார்த்து நாம் அஞ்சவேண்டும்.'

இளவரசருக்கு வியப்பு, 'உள்ளே இருக்கிறவர்களைப் பார்த்து அஞ்சவேண்டுமா. என்ன சொல்கிறீர்கள்? எனக்குப் புரியவில்லையே.'

'ஆமாம் மகனே, நம்மோடு இருந்து சரியான நேரத்தில் நம்மை அழித்துவிடக்கூடிய உட்பகைவர்கள் இருக்கிறார்கள். அவர்களைப் பார்த்து நாம் அஞ்சவேண்டும்' என்றார் அரசர். 'உட்பகை அஞ்சித் தன் காக்க என்று நீ இதைத் திருக்குறளில் படித்திருப்பாயே.'

ஆயுதங்களோடு நிற்கிற வெளிப் பகைவர்களுக்கு அஞ்சாத மன்னர்கள்கூட, உள்ளே இருக்கிற பகைவர்களுக்கு அஞ்சுகிறார்கள், அவர்களிடம் கவனமாக இருக்கிறார்கள். ஏனெனில், எதிர்த்து மோதுகிறவனைத் திறமையால், வீரத்தால், நுட்பத்தால் வெல்லலாம், கூடவே இருந்து கவிழ்க்கப் பார்க்கிறவனை எதிர்கொள்வது சிரமம். இதைத்தான் காந்தியும் சொல்கிறார்.

ஆனால், நாம் மன்னர்கள் இல்லையே. நம்மிடம் எந்த அரசாங்கமும் இல்லையே. நமக்கு ஏது உட்பகைவர்கள்?

எல்லா மனிதர்களுக்குள்ளும் சினம், பேராசை போன்ற தீய குணங்கள் இருக்கின்றன. நம்முடைய பெற்றோர், ஆசிரியர்கள், மற்ற பெரியவர்கள் சொல்கிற நல்லொழுக்க அறிவுரைகளைக் கேட்டு நாம் அவற்றை அழித்துவிட்டதாக எண்ணுகிறோம். ஆனால், உண்மையில் அவை தங்களை வெளிக்காட்டிக்கொள்ளாமல் பதுங்கியுள்ளன. தங்களுக்கு

வசதியான நேரத்தில் வெளிப்படுகின்றன, தங்களுடைய குணத்தைக் காட்டுகின்றன, அதன்மூலம் நமக்கு இழிவைக் கொண்டுவருகின்றன.

எடுத்துக்காட்டாக, ஊரில் எல்லாரிடமும் இனிமையாகப் பழகுகிற ஒருவர், தனக்குக் கீழே வேலை செய்கிற எளியவர் ஒருவரைச் சொற்களால் காயப்படுத்தலாம், அடிக்கலாம். அதன்மூலம் அந்த எளியவர் எந்த அளவு துன்பப்படுகிறாரோ, அதற்கு இணையான துன்பத்தை, சொல்லப்போனால், அதைவிட மிகுதியான துன்பத்தை அவரும் அனுபவிப்பார். இது அவருக்குத் தெரிந்தால், மற்றவர்களைத் துன்புறுத்தவேண்டும் என்ற எண்ணம் அவருக்கு வராது.

அதனால்தான், சினம் போன்ற உட்பகைவர்களைக் கண்டு அஞ்சச்சொல்கிறார் காந்தி. வெளிப் பகைவர்களை எதிர்க்கப் பல நுட்பங்களை வகுக்கிற திறமைசாலிகள்கூட, இதுபோன்ற உட்பகைவர்கள் இருப்பதை உணர்வதில்லை, அதனால், தங்களையும் அறியாமல் அவற்றுக்கு அடிமையாகிவிடுகிறார்கள். ஆனால், உட்பகைவர்களைக் கண்டு வெறுமனே அஞ்சினால் போதுமா? அவற்றை வெல்வது எப்படி?

மகாத்மா காந்தியின் பேரனான அருண் காந்தி, சிறுவயதில் தன்னுடைய தாத்தாவின் ஆசிரமத்தில் சில ஆண்டுகள் தங்கியிருந்தார். அப்போது, காந்தியின் ஆளுமையை அருகிலிருந்து பார்க்கிற, பல விஷயங்களைக் கற்றுக்கொள்கிற வாய்ப்பு அவருக்குக் கிடைத்தது. ஒருநாள், அருணும் நண்பர்களும் கால்பந்து விளையாடிக் கொண்டிருந்தார்கள். அப்போது, அந்த நண்பர்களில் ஒருவர் அருணைத் தடுக்கிக் கீழே தள்ளிவிட்டார். உடனே, அருணுக்கு மிகுந்த சினம் வந்துவிட்டது. கீழே கிடந்த ஒரு கல்லை எடுத்தார், அந்தப் பையன்மீது வீச முயன்றார்.

அப்போது, அருணுக்குள் ஒரு குரல் கேட்டது, 'வேண்டாம், அந்தக் கல்லை வீசாதே. அவனை விட்டுவிடு.' இதைக் கேட்ட அருண் திகைத்துப்போனார். அவருக்கு ஒன்றுமே புரியவில்லை. 'நான் கல்லை வீசக்கூடாது என்று எனக்குள்ளிருந்து சொல்கிறவர் யார்?' என்று குழம்பினார்.

உடனே, அவர் தன்னுடைய தாத்தாவிடம் சென்றார். நடந்ததையெல்லாம் சொன்னார். குழப்பத்துடன் இருந்த பேரனுக்குக் கோபத்தைப்பற்றிப் பாடம் நடத்தத் தொடங்கினார் மகாத்மா காந்தி.

இன்று நாம் காந்தியை அமைதியான மனிதராகக் காண்கிறோம். ஆனால், சிறுவயதில் அவரும் சினத்துடன் வளர்ந்தவர்தான். பிறரைப் பார்த்துக் கத்துவார், திட்டுவார், அவ்வளவு ஏன், தன்னுடைய சொந்த மனைவியிடமே பலமுறை சினத்தைக் காட்டியிருக்கிறவர் அவர்.

அப்படியிருந்த ஒரு மனிதரால் அந்தச் சினத்தைக் கட்டுப்படுத்த முயன்றிருக்கிறது என்றால் அதற்குக் காரணம், தனக்குள் எழுகிற சினத்தை அவர் உணர்ந்து கவனித்ததுதான். உள்ளே இப்படியொரு பகைவன் இருக்கிறான் என்ற உணர்வு ஏற்பட்டவுடனேயே, அந்தப் பகைவன் எழுந்து வருகிற நேரங்களில் அவனைக் கட்டுப்படுத்தி மீண்டும் உட்காரவைக்கிற முனைப்பு வரும், சினம் எழுகிற சூழ்நிலைகளில் சற்றுப் பொறுமையாகச் சிந்திக்கப் பழகுவோம்.

அன்றைக்கு அந்தச் சிறுவன்மீது கல்லை வீசாதே என்று அருண் காந்திக்குள் கேட்ட குரல், நம் ஒவ்வொருவருக்குள்ளும் அவ்வப்போது கேட்கிறது. ஆனால், சினத்தின் இரைச்சலால் நாம் அதைக் கவனிப்பதில்லை. சினம் என்ற ஒன்று எப்போது வேண்டுமானாலும் எழுந்து வரும் என்கிற கவனத்துடன் இருக்கும்போது, அந்த மெல்லிய குரல் தெளிவாகக் கேட்கும், நம்மை வழிநடத்தும்.

இங்கு சினம் என்பது ஓர் எடுத்துக்காட்டுதான். இதைப்போல் இன்னும் பல உட்பகைவர்கள் இருக்கிறார்கள். வெளிப் பகைவர்களுக்கு அஞ்சாமல் துணிவோடு அவர்களைச் சந்திக்கிற நாம், உட்பகைவர்களுக்கு அஞ்சவேண்டும், அவர்களைக் கூர்ந்து கவனிக்கவேண்டும், கட்டுப்படுத்தி வெல்லவேண்டும்.

17. தீண்டாமை நோயை அழிப்போம்

சிறுவன் ஒருவன் நண்பர்களோடு விளையாடிவிட்டு வீடு திரும்புகிறான். முன்வாசல் வழியாக உள்ளே நுழையாமல், பின்வாசலுக்குச் சென்று குளிக்கிறான், அதன்பிறகுதான் வீட்டுக்குள் வருகிறான். என்ன காரணம்?

அட, இது தெரியாதா? நெடுநேரம் விளையாடியதால் அழுக்கும் வியர்வையும் உடம்புமுழுக்க நிறைந்திருக்கும். அதோடு வீட்டுக்குள் வந்தால் அந்த அழுக்கும் கிருமிகளும் எல்லா இடங்களுக்கும் பரவி எல்லாரையும் பாதிக்கும். ஆகவே, விளையாடியபின் நன்றாகத் தேய்த்துக் குளித்துவிட்டுதான் வீட்டுக்குள் வரவேண்டும் என்று அவனுடைய தந்தையும் தாயும் அவனைப் பழக்கப்படுத்தியிருக்கிறார்கள்.

ஆனால், அந்தச் சிறுவனுக்குத் தெரியாத ரகசியம், விளையாடியபின் குளித்துவிட்டுதான் வீட்டுக்குள் வரவேண்டும் என்று அவனுடைய பெற்றோர் அவனைக் கட்டாயப்படுத்துவதற்கு இன்னொரு காரணமும் உண்டு. அதை அவர்களே யாரிடமோ சொல்கிறார்கள், கவனமாகக் கேளுங்கள். 'ஆமாங்க, இவன் விளையாடறான்னு தினமும் மைதானத்துக்குப் போறான், அங்கே வர்றவங்கல்லாம் யாரோ,

எந்தச் சாதியோ, யாருக்குத் தெரியும்? அவங்களையெல்லாம் தொட்டு விளையாடிட்டு நம்ம வீட்டுக்குள்ள வந்தா நமக்குதானே தீட்டு? அதனாலதான் விளையாடினப்புறம் நல்லாக் குளிச்சுட்டுதான் வீட்டுக்குள்ள வரணும்ன்னு பழக்கப்படுத்தியிருக்கோம்.'

அவர்களுடைய பேச்சைக் கேட்டதும் உங்களுக்குத் திகைப்பாக இருக்கிறதா? 'என்ன இவங்க, இப்படியெல்லாம் யோசிக்கறாங்க?' என்று முகம் சுளிக்கிறீர்களா? 'எல்லாரும் மனுஷங்கதானே? சாதியை அடிப்படையா வெச்சுச் சிலரை உசத்தியாவும் சிலரைத் தாழ்த்தியாவும் நினைக்கறது எப்படிச் சரியாகும்?' என்று யோசிக்கிறீர்களா? 'நான் ஒருபோதும் என்னோட நண்பர்களைச் சாதி அடிப்படையில பிரிச்சுப் பார்க்கமாட்டேன், எல்லார்கிட்டயும் அன்பா, ஒரேமாதிரிதான் பழகுவேன்' என்கிறீர்களா? அப்படியானால், நீங்கள் காந்தியின் பாதையில் நடக்கிறீர்கள் என்று பொருள்.

இன்று நாம் மிகவும் முன்னேறிய, முற்போக்காகச் சிந்திக்கிற ஒரு சமூகத்தில் வாழ்கிறோம். பிறப்பின் அடிப்படையில் ஒருவரைத் தாழ்ந்தவராகக் கருதி இழிவுபடுத்துவதோ, ஒதுக்கிவைப்பதோ தண்டனைக்குரிய குற்றம். அப்படி யாராவது பேசினால், நடந்துகொண்டால் அவர்கள்மீது சட்டப்படி நடவடிக்கை எடுக்கலாம்.

ஆனால், அரசியல் சட்டப்படி எல்லாரும் சமமாகக் கருதப்படும் இன்றைய சூழ்நிலையிலும், மேற்கண்ட சிறுவனுடைய தந்தை, தாயைப் போன்றவர்கள் இருக்கிறார்கள், தங்களுடைய சாதியை உயர்வாகவும், பிறருடைய சாதியைத் தாழ்வாகவும் எண்ணுகிறார்கள், அந்தப் பழக்கத்தை அடுத்த தலைமுறைகளுக்கும் கொண்டுசெல்கிறார்கள். எந்தவிதத்திலும் நியாயப்படுத்தமுடியாத மிகப் பெரிய குற்றம், கொடுமை இது.

காந்தி வாழ்ந்த காலகட்டத்தில் இந்தியச் சமூகத்தில் இந்தக் கொடுமை இன்னும் பரவலாகப் பரந்து விரிந்திருந்தது. மக்களைச் சாதி அடிப்படையில் பல அடுக்குகளாகப் பிரித்திருந்தார்கள். ஒவ்வோர் அடுக்கில் இருக்கிறவர்களும் தங்களுக்குக் கீழே

இருக்கிறவர்களைத் தீண்டத்தகாதவர்களாக எண்ணினார்கள்.

‘தீண்டுதல்’ என்றால், ‘தொடுதல்’ என்று பொருள். ‘தீண்டாமை’ என்றால், ஒருவரைத் தொடுவதே தவறு என்று அவரை ஒதுக்கிவைத்தல், அவரைத் தொட்டால் நமக்குப் பாவம் வந்துவிடும் என்று எண்ணுதல்.

‘மதத்தைக் காரணம் காட்டிப் பிறரைத் தீண்டாமல் ஒதுக்கிவைப்பது மிகப் பெரிய குற்றம்’ என்றார் காந்தி. ‘உண்மையில் இதுபோன்ற பழக்கங்கள்தான் மதத்தையே அசுத்தமாக்குகின்றன.’

அன்றைய இந்தியாவில் இந்தத் தீண்டாமை மிகக் கொடுமையான வடிவங்களை எடுத்தது. சிலரைப் பார்ப்பதே பாவம் என்று கருதப்பட்டது, சிலரோடு ஒன்றாக அமர்ந்து சாப்பிடக்கூடாது என்றார்கள், சிலரைச் சில தெருக்களில் நடக்கக்கூடாது என்று தடை விதித்தார்கள், கோயிலுக்குள் நுழையக்கூடாது என்றார்கள், ஊர்க் கிணற்றில் தண்ணீர் எடுக்கக்கூடாது என்றார்கள், நன்றாக உடுத்தக்கூடாது என்றார்கள், தேநீர்க்கடையில் அவர்களுக்குத் தேநீர் வழங்குவதற்கென்று தனிக் குவளைகள் வைக்கப்பட்டன, அந்தச் சமூகங்களைச் சேர்ந்த மாணவர்களைப் பள்ளி, கல்லூரியில் சேர்த்துக்கொள்ள மறுத்தார்கள், அல்லது, அவர்களை வகுப்பில் தனியே அமரவைத்தார்கள்.

இங்கு நாம் பார்ப்பதெல்லாம் மிகச் சிறிய எடுத்துக்காட்டுகள்தான். இந்தியாவில் தீண்டாமையின்பேரில் நடந்திருக்கிற, இப்போதும் ஆங்காங்கே நடந்துகொண்டிருக்கிற கொடுமைகளை விவரிக்க ஆரம்பித்தால், அதன்மூலம் ஒடுக்கப்பட்ட சமூகத்தினர் அனுபவித்திருக்கும் துன்பங்கள், அவர்களுடைய முன்னேற்றத்துக்குப் போடப்பட்டிருக்கும் முட்டுக்கட்டைகளையெல்லாம் பட்டியலிடுவதென்றால், ஆயிரக்கணக்கான பக்கங்கள் தேவைப்படும்.

காந்தியும் தீண்டாமைச் சிந்தனை நிறைந்த சூழலில் பிறந்து வளர்ந்தவர்தான். ஆனால், அவருடைய எண்ணங்கள் அந்தச் சிறு வட்டத்துக்குள் நின்றுவிடவில்லை. தொடர்ந்த படிப்பு,

பிறருடன் பழகுதல், சிந்தித்தல் ஆகியவற்றின் துணையோடு அதிலிருந்து வெளியில் வந்தார். ‘ஒருவர் ஒரு குறிப்பிட்ட சமூகத்தில் பிறந்துவிட்டார் என்ற ஒரே காரணத்துக்காக, அவர் என்ன படித்தாலும் சரி, எவ்வளவு நல்ல பழக்கவழக்கங்களோடு இருந்தாலும் சரி, நாங்கள் அவரை ஒதுக்கித்தான் வைப்போம் என்பது என்ன நியாயம்?’ என்றார். ‘தீண்டாமை ஒரு நோய், பெரும் பாவம், நாம் எல்லாரும் அதை எதிர்த்துப் போராடவேண்டும்’ என்று வலியுறுத்தினார்.

தீண்டாமையை எதிர்த்தால்மட்டும் போதாது, எல்லாரும் சமம் என்று பேசினால்மட்டும் போதாது, இத்தனை நாட்களாகத் தீண்டாமையால் துன்பம் அனுபவித்தவர்களுக்கு நன்மை செய்யவேண்டும் என்றும் காந்தி பேசினார். அதாவது, தீண்டத்தகாதவர்களாக நம்பப்படுகிறவர்களுடன் நாம் கலந்து பழகவேண்டும், அன்பு, சேவை மனப்பான்மையுடன் அவர்களுடன் உறவாடவேண்டும், அவர்களுடைய குறைகளைக் கேட்டுத் தீர்த்துவைக்கவேண்டும், அவர்கள் முன்னேறுவதற்கு உதவவேண்டும், வாய்ப்புகளை உண்டாக்கித்தரவேண்டும், எல்லாரிடமும் இதைப்பற்றிப் பேசவேண்டும், தீண்டாமைப் பழக்கத்தை அழிப்பதற்கு நம்மால் இயன்றதைச் செய்யவேண்டும்.

காந்தி இந்த அறிவுரைகளைச் சொல்வதுடன் நிறுத்தவில்லை, அவரே களத்தில் இறங்கிப் போராடினார், தீண்டாமை ஒழிப்புக்காக நாடுமுழுவதும் சுற்றி நிதி திரட்டினார். அவருடைய தொண்டர்கள் இந்தப் பணிகளை முன்னின்று நடத்தினார்கள், அதுவரை கொடுமையான அடக்குமுறையைச் சந்தித்துவந்த ஏராளமான மக்களை அன்போடு முன்னேற்றினார்கள்.

ஆனால், சமூகத்தில் எல்லாரும் இதைப் பரந்த மனத்துடன் ஏற்றுக்கொண்டுவிடவில்லை. தீண்டாமை ஒழிப்புப் போராட்டத்துக்காகக் காந்தி சந்தித்த எதிர்ப்புகள் ஏராளம். அவற்றையெல்லாம் தாண்டித் துணிவோடு முன்னேறினார்.

18. எல்லாரும் சமம்

சிறுவயதில், காந்திக்கு 'உகா' என்ற நண்பர் இருந்தார். அவர் தாழ்த்தப்பட்ட சமூகத்தைச் சேர்ந்தவர். ஆனால், இந்த விஷயம் காந்திக்குத் தெரியாது.

ஒருநாள், காந்திக்கு யாரோ சில இனிப்புகளைத் தந்தார்கள். அவர் ஓடிச்சென்று அவற்றை உகாவுடன் பகிர்ந்துகொண்டார்.

காந்தியின் தாய் இதைப் பார்த்துவிட்டார். 'மோகன், இங்கே வா' என்று கண்டிப்பான குரலில் அழைத்தார். 'நீ ஏன் அந்த உகாவைத் தொட்டாய்?'

'அதில் என்ன தவறு அம்மா? அவன் என் நண்பன்தானே? நான் அவனைத் தொடக்கூடாதா?'

'நாமெல்லாம் உயர்ந்த குலத்தைச் சேர்ந்தவர்கள், அவர்களெல்லாம் தாழ்ந்த குலத்தைச் சேர்ந்தவர்கள், நாம் அவர்களைத் தொடக்கூடாது' என்று விளக்கினார் காந்தியின் தாய்.

'நான் இதை ஏற்கமாட்டேன் அம்மா' என்றார் காந்தி, 'உகாவும் என்னைப்போலதான் இருக்கிறான், அவனை நான் தொடக்கூடாது என்பது நியாயமாகத் தோன்றவில்லை.'

காந்தியின் சிறுவயதில் நடந்த இந்த நிகழ்ச்சி, சற்று மாறுபட்டவிதத்தில் அவருடைய வாழ்க்கைமுழுவதும் திரும்பத்திரும்ப நடந்தது. 'தாழ்த்தப்பட்டவர்கள் என்று யாரையும் ஒதுக்கிவைக்கக்கூடாது, எல்லாரோடும் கலந்து பழகலாம், எல்லாரையும் ஒரேமாதிரி நடத்தவேண்டும்' என்று அவர் மீண்டும் மீண்டும் சொல்லிக்கொண்டிருந்தார், அவருடைய உறவினர்கள், நண்பர்கள், இயக்கத் தொண்டர்களில் தொடங்கிப் பலரும் இதை மறுத்துக்கொண்டிருந்தார்கள், அவரும் விடாமல் போராடிக்கொண்டிருந்தார்.

தென்னாப்பிரிக்காவில் வழக்கறிஞராகப் பணியாற்றிய காந்தி, அங்கிருந்த இந்தியர்களிடையே இந்த உயர்ந்த குலம், தாழ்ந்த குலம் என்ற பாகுபாடு காணப்பட்டதைக் கவனித்தார். இது தவறு என்று பலருக்கும் எடுத்துச்சொன்னார். வெறுமனே சொல்வதோடு நிறுத்திவிடாமல், அவரே பலருடன் வேறுபாடு பார்க்காமல் பழகினார், சேர்ந்து சாப்பிட்டார், எல்லாருடனும் தங்கினார், இதைப் பார்த்து மற்றவர்களும் மாறுவார்கள் என்று நம்பினார்.

காந்தி இந்தியாவுக்குத் திரும்பியபின், அகமதாபாத் அருகிலுள்ள கோச்ரப் என்ற இடத்தில் ஓர் ஆசிரமத்தை அமைத்தார். அங்கு பலவிதமான மக்களையும் தங்க அனுமதித்தார். அவர்களில் ஒருவர், தாழ்த்தப்பட்ட சமூகத்தைச் சேர்ந்த தூதாபாய்.

சத்தியாக்கிரக ஆசிரமத்தில் தாழ்த்தப்பட்ட ஒருவரும் அவருடைய குடும்பமும் தங்கியிருப்பது அங்கிருந்த மற்றவர்கள் சிலருக்குப் பிடிக்கவில்லை. ஆசிரமத்துக்கு நன்கொடை அளித்துவந்த சில பணக்காரர்களும் இதை எதிர்த்தார்கள். 'அவரை வெளியேற்றிவிடவேண்டும்' என்று வலியுறுத்தினார்கள்.

ஆனால், காந்தி இதை ஏற்றுக்கொள்ளவில்லை. 'எதிர்ப்பு தொடர்ந்தால், நாம் எல்லாரும் இந்த ஆசிரமத்திலிருந்து வெளியேறி வேறு இடத்துக்குச் செல்லலாம். தூதாபாயைமட்டும் வெளியேறச்சொல்வது சரியில்லை' என்று உறுதியாகக் கூறினார். காந்தி என்றதும் நமக்கெல்லாம் அவர் விடுதலைப் போராட்டத்தை வழிநடத்திய வரலாறுதான் நினைவுக்கு

வருகிறது. 'இந்தியாவுக்கு விடுதலை பெற்றுத்தந்தவர்' என்றுதான் அவரை நாம் நினைவுகூர்கிறோம். ஆனால், விடுதலைப் போராட்டம் முனைப்போடு நடந்துகொண்டிருந்த நேரத்திலேயே அவர் தாழ்த்தப்பட்ட மக்களின் விடுதலைக்காகவும், 'தீண்டாமை' என்கிற கொடுமையான பழக்கத்தை முடித்துவைப்பதற்காகவும் ஆயிரக்கணக்கான மைல்கள் பயணம் செய்திருக்கிறார். அவர்களுடைய நலனுக்காக மக்களிடம் நிதி திரட்டியிருக்கிறார். 'உங்கள் மனங்களைத் திறந்துவையுங்கள்' என்று வேண்டுகோள் விடுத்திருக்கிறார். அவருடைய அறிவுரைகளைக் கேட்டு மனம் மாறியவர்கள் ஏராளம்.

அதே நேரம், இதே கருத்துகளுக்காகப் பழைமைவாதிகள் அவரை எதிர்த்தார்கள், அவரைத் தாக்க முனைந்தார்கள். ஏனெனில், தாழ்த்தப்பட்ட மக்களைக் கோயில்களில் நுழைய அனுமதிக்கவேண்டும் என்று காந்தி பேசியதை அவர்கள் விரும்பவில்லை. அது தங்களுடைய மத நம்பிக்கைக்கு எதிரானது என்று எண்ணினார்கள்.

ஆனால் காந்தி தன்னுடைய கருத்தை மாற்றிக்கொள்ளவில்லை, மனிதர்களில் உயர்வு, தாழ்வு பார்க்கக்கூடாது, யாரையும் பிரித்துப் பேசக்கூடாது, எல்லாரும் சமம்தான் என்று தொடர்ந்து பேசிவந்தார். எந்த மதமும் மனிதர்களில் பாகுபாடு பார்க்காது, சிலரைமட்டும் தாழ்த்தப்பட்டவர்களாக ஒதுக்கிவைக்காது என்பது அவருடைய உறுதியான நம்பிக்கை.

காந்தியின் தொடர்ந்த உரையாடலாலும் செயல்பாடுகளாலும் தாழ்த்தப்பட்ட மக்களுடைய சமூக நிலை படிப்படியாக மாறியது. அவர்களுக்கான கல்வி, வேலை வாய்ப்புகள் அமைந்தன, ஏராளமான குடும்பங்கள் முன்னேறின. அம்பேத்கர் போன்ற பல சிறந்த தலைவர்கள் அவர்களுக்காகப் போராடினார்கள், உரிமைகளைப் பெற்றுத்தந்தார்கள்.

அன்றைய காலகட்டத்துடன் ஒப்பிடும்போது, இன்றைய உலகம் எவ்வளவோ மாறியிருக்கிறது. அதே நேரம், சாதி அடிப்படையில் பிரிவினை பார்க்கிற, சிலரை ஒருவிதமாகவும் வேறு சிலரை வேறுவிதமாகவும் நடத்துகிறவர்கள் இப்போதும் இருக்கிறார்கள்.

எத்தனையோ சட்டங்கள் வந்தபோதும், சீர்திருத்தவாதிகள் அறிவுரை சொன்னபோதும் இவர்கள் மாறவில்லை. இவர்களுடைய மனம் மாறினால்தான் செயல்பாடுகள் மாறும்.

இங்கு சாதி என்பது ஓர் எடுத்துக்காட்டுதான். இதேபோல் மத அடிப்படையில், மொழி அடிப்படையில், பொருளாதார அடிப்படையில், நாடு அடிப்படையில் பிரிவினை பேசுகிறவர்கள் உள்ளார்கள். ஒருவர் உயர்வு, இன்னொருவர் மட்டம் என்று பாகுபடுத்திப்பேசுகிறவர்கள் உள்ளார்கள். இவையெல்லாம் காந்தி சொன்னதுபோல் 'மனிதனுக்கும் மனிதனுக்கும் இடையில் தடைகளை உண்டாக்கும்.' ஒருவருடைய குணம்மட்டும்தான் அவர் உயர்வானவரா, தாழ்வானவரா என்பதைச் சொல்லும், மற்ற எதனாலும் யாரும் தாழ்வானவராகிவிடமாட்டார் என்கிற உறுதியான எண்ணம் நமக்கு வரவேண்டும், அப்போதுதான் நம்மைச் சுற்றியிருப்பவர்களைச் சமமாக நடத்துவோம்.

ஒருவேளை, நம்மைச் சுற்றியிருப்பவர்கள் யாரையேனும் பிறப்பு அடிப்படையில் தாழ்வாக நடத்தினால், நமக்கு என்ன என்று இருந்துவிடக்கூடாது. உகாவுக்காகக் காந்தி தன்னுடைய சொந்தத் தாயுடன் வாதிட்டார் என்பதை நினைவுகூரவேண்டும். 'இது தவறு, யாரும் பிறவியால் தாழ்ந்தவர்களாகமாட்டார்கள். அவர்களும் நம்மைப்போல்தான்' என்று உரக்கச் சொல்லவேண்டும். 'அவர்களுடைய சமூக நிலையை, வரலாற்றைக் கருத்தில் கொண்டு சிந்திக்கவேண்டும், அவர்களுக்கு வேண்டிய உதவிகளைச் செய்யவேண்டும், அது நம் கடமை' என்று வலியுறுத்தவேண்டும்.

இப்படிச் சொல்வதால் பிறர் நம்மீது சினம் கொள்ளக்கூடும், நம்மை எதிர்க்கக்கூடும். பரவாயில்லை, காந்தி சந்திக்காத எதிர்ப்பா? எல்லாருக்கும் பிடித்தவராக இருப்பதைவிட, உண்மையின் பக்கம் நிற்பது முக்கியம். அப்படி நிற்கிறவர்கள் எதிர்ப்புக்குத் தயாராக இருக்கவேண்டும், எதிர்ப்பவர்கள்மீது வெறுப்பைக் காட்டாமல் அன்பால் அவர்களை வெல்லவேண்டும், அதைத்தான் காந்தி விரும்புவார்.

19. உழைத்து உண்ணுவோம்

இவ்வுலகில் வியர்வை சிந்தாதவர்களே இல்லை. ஆனால், அந்த வியர்வை எப்படி வருகிறது என்பதுதான் ஆளுக்கு ஆள் வேறுபடுகிறது.

ஒருவர் வயலிலோ தொழிற்சாலையிலோ கஷ்டப்பட்டு உழைக்கிறார், அதன்மூலம் வியர்வை சிந்துகிறார்.

இன்னொருவர் பெரிய பணக்காரர், அந்த வயலோ, தொழிற்சாலையோ அவருக்குச் சொந்தமாக இருக்கக்கூடும். ஆகவே, அவர் குளுகுளு அறையில் உட்கார்ந்து வசதியாக வேலை செய்கிறார், அல்லது, வேலையே செய்யாமல் நேரத்தைச் செலவிடுகிறார், உழைப்பினால் வியர்வை சிந்தும் வாய்ப்பு அவருக்கு அமைவதில்லை. அதனால், அதிகாலையில் எழுந்து ஆறு கிலோமீட்டர் ஓடுகிறார், அல்லது, உடற்பயிற்சிக்கூடத்துக்குச் சென்று எடை தூக்குகிறார், அதன்மூலம் வியர்வை சிந்துகிறார்.

இந்த இரண்டாவது வகை மனிதர்களைப்பார்த்துக் காந்தி மெல்லச் சிரிக்கிறார், 'சும்மா ஓடுவதைவிட, சும்மா எடை தூக்குவதைவிட, நீங்களும் கஷ்டப்பட்டு வேலை செய்யலாமே, அதன்மூலம் வருகிற வியர்வையை அனுபவிக்கலாமே, உங்கள் உணவை உரிமையோடு உண்ணலாமே' என்கிறார்.

உணவை உரிமையோடு உண்பதா? அப்படியென்றால் என்ன?

மனிதர்கள் எல்லாருக்கும் உணவு தேவை. சிறுவயதில் அவர்களுடைய பெற்றோர் அவர்களுக்கு உணவு ஊட்டுகிறார்கள். ஓரளவு வயதானதும் அவர்களே தங்களுக்குரிய உணவைச் சமைத்து உண்கிறார்கள், அல்லது, உணவகத்திலிருந்து வாங்கி உண்கிறார்கள். இப்படி நாள்தோறும் மூன்று வேளை உணவை நாம் எல்லாரும் உண்டுவிடுகிறோம். ஆனால், அந்த உணவைப் பெறுவதற்கு நாம் என்ன செய்கிறோம்? இதுதான் காந்தி முன்வைக்கும் கேள்வி.

தொடக்கத்தில் நாம் பார்த்த விவசாயி அல்லது தொழிலாளி கஷ்டப்பட்டு வேலை செய்கிறார், அதற்கு நாள்தோறும் அல்லது மாதந்தோறும் சம்பளம் பெறுகிறார், அதைக் கொண்டு உணவுப் பொருட்களை வாங்கிச் சமைத்து உண்கிறார். ஆக, தன்னுடைய உழைப்பின் பலனை அவர் அனுபவிக்கிறார்.

ஆனால், அந்த முதலாளி அவ்வாறு உழைப்பைச் செலுத்துவதில்லை. அவரிடம் பணம் குவிந்து கிடப்பதால், அதை நேரடியாக அனுபவிக்கிறார். ஆக, அவர் தன்னுடைய உணவை உழைத்துப் பெறவில்லை, இதைத்தான் காந்தி சுட்டிக்காண்பிக்கிறார். 'நீங்கள் எத்தனை பெரிய பணக்காரராக இருந்தாலும் சரி, உங்களிடம் எவ்வளவு செல்வம் குவிந்திருந்தாலும் சரி, உடல் உழைப்பின்மூலம்தான் நீங்கள் உணவைப் பெறவேண்டும்' என்கிறார், 'அவ்வாறு உழைக்கத் தயங்கினால், உங்களுக்கு உண்ண உரிமை இல்லை' என்பது அவருடைய உறுதியான நம்பிக்கை.

ஆங்கிலத்தில் இதை *'bread labour'* என்கிறார்கள், அதாவது, சோற்றுக்கான உழைப்பு. ஏழை, பணக்காரர் என்கிற வேறுபாடுகளெல்லாம் இல்லாமல் எல்லாரும் இதைப் பின்பற்றவேண்டும் என்று காந்தி வலியுறுத்தினார்.

ஆனால், சமூகத்தின் பொதுவான சிந்தனைகள் இதற்கு எதிர்த்திசையில் இருக்கின்றன. 'நிறையச் சம்பாதிச்சு ஏராளமாக் காசு சேர்த்தப்புறம், எல்லா வேலைக்கும் ஆள் போட்டுடணும்,

இல்லாட்டி, வேண்டிய இயந்திரங்களை வாங்கி வெச்சுடணும், கைதட்டினா நாலு பேர் ஓடிவந்து நம்ம வேலைகளைச் செஞ்சுதரணும், நாம கஷ்டப்படாம ஜாலியா உட்கார்ந்து சாப்பிடணும்' என்றுதான் பலரும் நினைக்கிறார்கள், அதுதான் ஆனந்தமான வாழ்க்கை என்று கனவு காண்கிறார்கள், அப்படி ஒரு வாழ்க்கையை லட்சியமாகக் கொண்டு வாழ்கிறார்கள்.

உண்மையில், அப்படி எந்த வேலையும் செய்யாமல் வாழ்வது மிகவும் சலிப்பான ஒன்றாகத்தான் இருக்கும். தொடக்கத்தில் சில நாள் மகிழ்ச்சியாக இருக்கலாம், அதன்பிறகு, மனம் எதையாவது செய்யவேண்டும் என்று ஏங்கும், உடல் பெருத்துப்போய் மூச்சு வாங்கும், நோய்கள் தேடி வரும்.

இதற்கு மாறாக, எத்தனை வசதிகள் வந்தபோதும் சுறுசுறுப்பாகத் தொடர்ந்து இயங்கிக்கொண்டிருக்கும் பழக்கத்தை உண்டாக்கிக்கொண்டால், அதனால் உடலுக்கும் நன்மை, மனமும் தெளிவாக இருக்கும், நாம் சார்ந்துள்ள சமூகத்துக்கும் நல்லது.

நம்முடைய உழைப்பால் சமூகத்துக்கு என்ன நல்லது?

இன்றைய சமூகத்தில் அடித்தட்டு மக்கள்தான் கஷ்டப்பட்டு உழைக்கிறார்கள், மேல்தட்டில் உள்ளவர்கள் உடல் உழைப்பின்றி இருக்கிறார்கள். இதனால், உழைப்பவர்களை இழிவாகவும், உட்கார்ந்து சாப்பிடுகிறவர்களை உயர்வாகவும் நினைக்கிற மனப்போக்கு உள்ளது. மாறாக, எல்லாரும் உழைக்கிறார்கள், அவரவர் உழைப்பின் பலனை (உணவை) அவரவர் அனுபவிக்கிறார்கள் என்கிற சூழ்நிலை வரும்போது, சமூகத்தில் ஏற்றத்தாழ்வுகள் குறையும். பணக்காரர்களும் உழைப்பாளிகள்தான் என்கிற மனநிலை ஏற்பட்டால், அவர்கள் தங்களுடைய செல்வத்தை எண்ணிச் செருக்கு கொள்ளாமல், அதன்மூலம் பிறருக்கு உதவ முன்வருவார்கள், அதனால் எல்லாருக்கும் நன்மை கிடைக்கும்.

எல்லாரும் உழைக்கவேண்டும் என்பது புரிகிறது. ஆனால், என்னமாதிரி உழைக்கவேண்டும்? வயலில் சென்று வேலை பார்க்கவேண்டுமா?

‘உண்மையான உழைப்பு என்பது விவசாயம்தான்’ என்கிறார் காந்தி. அதே நேரம், எல்லாருக்கும் விவசாயம் செய்கிற வாய்ப்பு அமைந்துவிடாது என்பதையும் அவர் புரிந்துகொள்கிறார். ஆகவே, ஒவ்வொருவரும் தங்களால் இயன்ற வேலையைச் செய்து உழைக்கலாம் என்கிறார்.

எடுத்துக்காட்டாக, காந்தி நாள்தோறும் ராட்டையில் நூல் நூற்கிற பழக்கத்தைக் கொண்டிருந்தார். பேசுவது, எழுதுவது என்று மற்ற வேலைகள் எத்தனை இருந்தாலும் சரி, ஒரு நாளைக்கு ஒரு குறிப்பிட்ட நேரத்துக்கு நூல் நூற்றபின்புதான் உறங்கச்செல்வார். அவரைப் பொறுத்தவரை, அந்த உழைப்புதான் தன்னுடைய உணவை உண்ணும் தகுதியை அவருக்குத் தருகிறது.

தன்னுடைய தொண்டர்களையும் ராட்டையில் நூல் நூற்கச்சொல்லி ஊக்குவித்தார் காந்தி. பெரிய பணக்காரர்கள், அரசியல் தலைவர்களையெல்லாம்கூட, ‘நாள்தோறும் ஒரு குறிப்பிட்ட நேரம் ராட்டை சுழற்றுங்கள்’ என்றார், ‘அதன்மூலம் உங்களுக்கு உடல் உழைப்பும் கிடைக்கும், உங்கள் உணவை உண்ணும் உரிமையும் கிடைக்கும், இந்தியாவின் அடித்தட்டு மக்களுடைய மனநிலையும் புரியும்.’

இதேபோல், ஆடை நெய்தல், மர வேலைகள் என்று வீட்டுக்கு வெளியிலும், தோட்ட வேலை, சமையல், பாத்திரம் தேய்த்தல், வீடு பெருக்குதல், துணி துவைத்தல், ஆடைகளை மடித்துவைத்தல் என்று வீட்டுக்கு உள்ளேயும் பலப்பல வேலைகள் இருக்கின்றன. இவற்றையெல்லாம் இழிவாகக் கருதக்கூடாது, சோம்பித் திரியக்கூடாது, விரும்பி ஏற்றுக்கொண்டு செய்யவேண்டும், அப்போது, நாம் உழைத்து உண்கிறவர்களாவோம்.

காந்தி சொன்ன இந்த உழைப்பைப் பலரும் ஏற்றுக்கொண்டார்கள். ஆனால், அவர் சொன்ன இன்னோர் உழைப்பு அவர்களுக்குப் பெரிய அதிர்ச்சியை அளித்தது.

20. தூய்மை நம் பொறுப்பு

ஒருமுறை, வெளிநாட்டுக்காரர் ஒருவர் காந்தியிடம் கேட்டார், 'உங்களை ஒரு நாளைக்குமட்டும் இந்திய வைஸ்ராயாக நியமித்தால் நீங்கள் என்ன செய்வீர்கள்?'

வைஸ்ராய் என்பது அன்றைய பிரிட்டிஷ் இந்தியாவின் ஆட்சித்தலைவர் பொறுப்பு. கிட்டத்தட்ட இன்றைய பிரதமர் பொறுப்புக்குச் சமமானது. அதை வைத்துக்கொண்டு ஒட்டுமொத்த இந்தியாவிலும் எத்தனையோ நன்மைகளைச் செய்யலாம். ஆனால், அப்படிப்பட்ட வைஸ்ராய் பொறுப்பை வைத்துக்கொண்டு காந்தி என்ன செய்வதாகச் சொன்னார் தெரியுமா? 'வைஸ்ராய் வீட்டுக்குப் பக்கத்திலிருக்கும் தூய்மைப் பணியாளர்களுடைய வீடுகளைத் தூய்மைப்படுத்துவேன்.'

இதைக் கேட்ட அந்த வெளிநாட்டுக்காரர் திகைத்துப் போயிருக்கவேண்டும். ஆகவே, 'ஒருவேளை, இன்னொரு நாளைக்கு உங்களுக்கு அந்த வைஸ்ராய் பொறுப்பு கிடைத்தால் என்ன செய்வீர்கள்?' என்று கேட்டார்.

'மறுபடியும் அதே தூய்மைப்பணியாளர்களுடைய வீடுகளைத் தூய்மைப்படுத்துவேன்' என்றார் காந்தி. அன்றைய இந்தியாவில் தூய்மைப்பணி, குறிப்பாக, கழிப்பறைகளைத் தூய்மைப்படுத்தும் பணி சில குறிப்பிட்ட சமூகங்களுக்கு ஒதுக்கப்பட்டிருந்தது.

மற்றவர்கள் அந்தப் பணியில் ஈடுபடுவது அவமானம் என்று கருதப்பட்டது.

ஆனால், காந்தி அவ்வாறு எண்ணவில்லை. வெளிநாட்டில் படித்துப் பணிபுரிந்த அவருக்கு, 'தூய்மை என்பது அவரவருடைய பொறுப்புதானே?' என்கிற இயல்பான எண்ணம் வந்திருந்தது. 'என்னுடைய வீட்டை, சுற்றுப்புறங்களை, கழிப்பறையை நானே தூய்மைப்படுத்துவதுதானே சரி? அப்போதுதானே எனக்கு நோய் ஏதும் வராமல் நான் நலத்துடன் வாழ்வேன்?' என்று கேட்டார்.

அவருடைய கேள்வி சக இந்தியர்களைப் பெரும் அதிர்ச்சியில் ஆழ்த்தியது. அவர்கள் துடைப்பத்தை எடுத்துத் தங்கள் வீட்டைப் பெருக்குவதையே அவமானமாக நினைத்தார்கள், அவர்களிடம் போய் 'உங்கள் கழிப்பறையை நீங்களே தூய்மைப்படுத்துங்கள்' என்று சொன்னால் எப்படி?

இங்கு ஒரு விஷயத்தை விளக்கவேண்டும். இன்றைக்கு நாம் பயன்படுத்துகிற கழிப்பறைகளில் குழாய்மூலம் தண்ணீர் வருகிறது. ஆகவே, சிறுநீர், மலம் கழித்துவிட்டு ஒரு பொத்தானை அழுத்தினால் சரேலென்று தண்ணீர் வந்து அதைத் தூய்மைப்படுத்திவிடுகிறது. ஆகவே, பெரும்பாலான கழிப்பறைகள் ஓரளவு தூய்மையாகத்தான் இருக்கின்றன.

ஆனால், அன்றைய இந்தியாவில் போதுமான கழிப்பறைகளே இல்லை. அப்படி இருந்தபோதும் அவற்றில் தண்ணீர் வசதி இல்லை. ஆகவே, மக்கள் கண்ட இடங்களில் சிறுநீர், மலம் கழித்தார்கள், அங்கிருந்து வீசிய துர்நாற்றத்தையும் அவர்கள் பொருட்படுத்தவில்லை. 'எல்லாம் தூய்மைப்படுத்துகிறவர் பார்த்துக்கொள்வார்' என்று அலட்சியமாகச் சொன்னார்கள்.

காந்தி இதைப் பார்த்து மிகவும் வருந்தினார். 'நம்முடைய சுற்றுப்புறங்களைத் தூய்மையாக வைத்துக்கொள்ளாவிட்டால் நோய் வரும் என்பது ஒருபுறமிருக்க, உங்களுடைய கழிவுகளைத் தூய்மைப்படுத்தும் சகோதரர்களைப்பற்றிக் கொஞ்சமாவது எண்ணிப்பார்த்தீர்களா?' என்று அவர் கேட்டார்.

‘அவர்களும் உங்களைப்போல் மனிதர்கள்தானே? இப்படி மோசமானமுறையில் ஊர்முழுக்க அழுக்கை, கழிவுகளை நிரப்பி அவர்களைத் தூய்மைப்படுத்தச்சொன்னால் அது சரியா?’

அத்துடன், தூய்மைப்படுத்தும் பணியில் ஈடுபடும் இந்த மக்களுக்குச் சரியான ஊதியமும் கொடுக்கப்படவில்லை, சமூகத்தில் அவர்களுக்குப் பெரிய மதிப்பும் இல்லை. ஆகவே, அவர்கள் மிகவும் துன்பப்பட்டார்கள்.

இதனால், தூய்மை என்பது எல்லாருடைய பொறுப்பு என்ற கொள்கையைப் பரப்பத் தொடங்கினார் காந்தி. ‘சிறுநீர், மலம் கழிப்பது என்பது சாப்பிடுவதைப்போல் இயல்பான ஒரு விஷயம்’ என்றார் அவர். ‘அதனால், ஒவ்வொருவரும் தங்களுடைய சிறுநீர், மலத்தைத் தாங்களே அகற்றவேண்டும். ஒருவேளை, அது இயலாது என்றால், அந்தந்தக் குடும்பத்தினர் அந்தந்த வீட்டின் கழிவுகளை அகற்றவேண்டும்.’

இது வெறும் தூய்மை தொடர்பான கருத்துதான் என்று எண்ணிவிடக்கூடாது. இதன்மூலம் சமூகத்திலிருக்கும் தீண்டாமை, ஏற்றத்தாழ்வு எண்ணங்களைப் புரட்டிப்போடவும் காந்தி விரும்பினார். அதாவது, தூய்மைப்பணியில் எந்த இழிவும் இல்லை. ஆனால், சமூகத்தினர் அதை இழிவாகக் கருதி அதைச் சில மக்களுக்குமட்டும் ஒதுக்கிவைத்துள்ளார்கள். அதன்பிறகு, அந்தச் சமூகத்தினரையும் இழிவாக எண்ணுகிறார்கள். அதை மாற்றி, எல்லாரும் தூய்மைப்பணியாளர்கள்தான் என்ற நிலையை உருவாக்கிவிட்டால், அந்த வேலையும் இழிவாகக் கருதப்படாது, அதைச் செய்கிறவர்களும் இழிவாகக் கருதப்படமாட்டார்கள். இதுதான் காந்தியின் எண்ணம்.

இதைச் சொல்வதோடு காந்தி நிறுத்திவிடவில்லை. அவரே துடைப்பமும் வாளியுமாகத் தூய்மை செய்யக் கிளம்பினார். தன்னுடைய ஆசிரமத்தில் தொடங்கித் தான் கலந்துகொள்கிற நிகழ்ச்சிகள்வரை எந்த இடத்திலும் தூய்மைப்பணியை மேற்கொள்வதற்கு அவர் தயங்கவில்லை. தொடக்கத்தில், காந்தி இவ்வாறு தூய்மைப்பணியில் ஈடுபட்டபோது மற்ற தொண்டர்கள் அதிர்ந்துபோனார்கள். ‘நீங்கள் இதைச்

செய்யலாமா?’ என்று பதறினார்கள்.

‘செய்யலாம்’ என்றார் காந்தி. ‘நீங்களும் இந்தப் பணியில் ஈடுபடுங்கள்’ என்று அவர்களை அழைத்தார். ஊரை, நாட்டைத் தூய்மையாக வைத்துக்கொள்வதும் சமூக சேவைதான் என்றார்.

‘நாம் அனைவரும் தூய்மைப்பணியாளர்கள்தான்’ என்கிற எண்ணத்தைச் சிறுவயதிலிருந்தே ஒவ்வொருவர் மனத்திலும் பதிக்கவேண்டும் என்று காந்தி விரும்பினார். அதன்மூலம், யாரும் இந்தப் பணியை இழிவாக நினைக்கமாட்டார்கள், தூய்மை என்பது ஒவ்வொருவருடைய பொறுப்பாக இருக்கும்.

இன்றைக்கும் இந்தியாவில் தூய்மையற்ற சூழல் உள்ளது. பொது இடங்களைக் கழிப்பறையாகப் பயன்படுத்துவது, குப்பைகளைக் கண்ட இடத்தில் வீசுவது, எச்சில் துப்புவது போன்றவை பரவலாகக் காணப்படுகின்றன. மக்களிடையே தூய்மையைப்பற்றிய விழிப்புணர்வை உண்டாக்கினால்தான் இந்த நிலை மாறும்.

அதே நேரம், இது ஒரே நாளில் நடந்துவிடாது. எல்லாரும் தூய்மையின் முக்கியத்துவத்தை உணர்கிறவரை, காந்தியின் வழியில் நடக்கிறவர்கள் தூய்மைப்பணியாளர்களாக மாறலாம், தனியாகவும் நண்பர்கள், குடும்பத்தினருடன் சேர்ந்து குழுவாகவும் செயல்படலாம், வீசி எறியப்படும் குப்பைகளைத் திரட்டிக் குப்பைத்தொட்டியில் சேர்க்கலாம், குப்பைத்தொட்டி இல்லாத இடங்களில் அவற்றை அமைப்பதற்கு உதவலாம், பூங்காக்கள், விளையாட்டு மைதானங்கள், அரங்கங்கள் போன்ற இடங்களைத் தூய்மைப்படுத்தலாம், நீர் தேங்கிய இடங்களில் மண்ணை நிரப்பிக் கொசுக்கள் உருவாகாமல் தடுக்கலாம், பொது இடங்களைக் கழிப்பறைகளாகப் பயன்படுத்துகிறவர்களுடைய பிழையைச் சுட்டிக்காட்டி அறிவுறுத்தலாம், தூய்மையான பழக்கவழக்கங்களைக் கற்றுத்தரலாம், முக்கியமாக, நம்முடைய வீட்டை, கழிப்பறையை, சுற்றுப்புறங்களைத் தூய்மையாக வைத்துக்கொள்ளலாம். இந்த உடல் உழைப்பின்மூலம், நாம் நம்முடைய உணவை உட்கொள்வதற்கான தகுதியைப் பெறலாம்.

21. பிற மதங்களை மதித்தல்

காந்திக்கு மிகவும் பிடித்த ஒரு பாடல் இன்றைக்கு உலகப் புகழ் பெற்றுவிட்டது: 'வைஷ்ணவ் ஜன் தோ' என்று தொடங்கும் அந்தப் பாடலை எழுதியவர் நர்சி மேத்தா.

வைணவர், அதாவது, கடவுளை வணங்கும் ஒரு நல்ல மனிதருடைய இயல்புகளை இந்தப் பாடல் சொல்கிறது. அந்த இயல்புகளை இவ்வாறு சுருக்கமாகக் கூறலாம்:

1. பிறர் துன்பத்தை எண்ணி வருந்துபவர்
2. பிறருடைய துன்பத்தைத் தீர்த்து உதவுபவர்
3. அதைப்பற்றிச் செருக்கு கொள்ளாதவர்
4. உலகில் அனைவரையும் மதிக்கிறவர்
5. யாரையும் தாழ்வாகக் கருதாதவர்
6. சொற்கள், செயல்கள், எண்ணங்களில் தூய்மை காப்பவர்
7. அனைவரையும் சமமாகக் கருதுபவர்
8. ஆசைகள் இல்லாதவர்
9. பிற பெண்களைத் தாயாகக் கருதுபவர்
10. பொய் சொல்லாதவர்

11. பிறர் பொருளைத் தொடாதவர்
12. உலகப் பொருட்களில் பற்று வைக்காதவர்
13. அற்ப விஷயங்களில் இருந்து விலகியிருக்கிறவர்
14. கடவுள் பெயரால் ஈர்க்கப்படுகிறவர்
15. பேராசை, ஏமாற்றும் குணம் இல்லாதவர்

தென்னாப்பிரிக்காவில் காந்தி ஃபீனிக்ஸ் ஆசிரமத்தை அமைத்திருந்தபோது, ஜோசஃப் ராயப்பன் என்ற நண்பர் அடிக்கடி அங்கு வருவார். ஆசிரமத்தில் பாடப்படும் 'வைஷ்ணவ் ஜன் தோ' பாடல் அவருக்கு மிகவும் பிடிக்கும்.

ஒருமுறை, கிறித்துவராகிய ஜோசஃப் இந்தப் பாடலைக் 'கிறிஸ்டியன் ஜன் தோ' என்று மாற்றிப் பாடினார். ஆசிரமத்திலிருந்த அனைவரும் இந்த மாறுபட்ட வடிவத்தை மகிழ்ச்சியுடன் வரவேற்றார்கள், அதைக் கண்டு ஜோசஃப் மகிழ்ந்தார்.

இப்போது, மேலே உள்ள இயல்புகளின் பட்டியலை இன்னொரு முறை படியுங்கள், அவை 'வைணவரை'ப்பற்றிச் சொல்கின்றனவா? அல்லது, 'கிறிஸ்டியனை'ப்பற்றிச் சொல்கின்றனவா? அல்லது, வேறு மதங்களைச் சேர்ந்தவர்களைப்பற்றிச் சொல்கின்றனவா?

இந்தக் கோணத்தில் பார்க்கும்போது, நர்சி மேத்தா எழுதிய இந்தப் பாடல் எல்லா மதங்களுக்கும் பொருந்துவதாகத் தோன்றுகிறது. ஏனெனில், நல்ல குணங்கள் அனைவருக்கும் பொருந்துபவைதான்!

இதேபோல், 'இறைவனிடம் கையேந்துங்கள்' என்ற இஸ்லாமியர்களுடைய பக்திப்பாடல் மிகவும் புகழ் பெற்றது. அதை இந்துக்களுடைய பஜனைக் கூட்டம் ஒன்றில் பாடினார்கள், அங்கிருந்த பக்தர்கள் அதை மிகவும் மகிழ்ந்து கொண்டாடினார்கள். ஏனெனில், அதில் சொல்லப்பட்டிருந்த கருத்துகளெல்லாம் இந்துக்களுடைய சிந்தனைக்கும் பொருந்தும்விதமாகத்தான் இருந்தன. வெவ்வேறு மதங்களைச் சேர்ந்த நாம் ஒவ்வொருவரும் நம்முடைய

மதத்தில் வலியுறுத்தப்படும் உயர்ந்த கருத்துகளை மதிக்கிறோம், பின்பற்றுகிறோம். அதே நேரம், மற்றவர்களுடைய மதத்தில் வலியுறுத்தப்படும் கருத்துகள் நமக்குச் சற்று அன்னியமாகத் தோன்றுகின்றன.

அதுகூடக் கொஞ்சம் பரவாயில்லை, மற்றவர்களுடைய மதத்தில் வலியுறுத்தப்படும் கருத்துகள் மோசமானவை, பொய்யானவை, கெட்டவை என்று நினைப்பவர்கள் இருக்கிறார்கள். அதனால், தங்கள் மதம் உயர்வு, பிறர் மதம் தாழ்வு என்ற சிந்தனையில் அவர்கள் விழுந்துவிடுகிறார்கள்.

காந்தி எந்த வெறுப்பெண்ணத்தையும் விரும்புபவர் அல்லர். குறிப்பாக, பிற மதங்களை வெறுத்தல் என்பது மிகப் பெரிய பிழை என்று அவர் சுட்டிக்காண்பித்தார், Tolerance எனப்படும் சகிப்புத்தன்மையை வலியுறுத்தினார்.

உண்மையில், ‘சகிப்புத்தன்மை’ என்ற சொல் காந்திக்கு அவ்வளவாகப் பிடிக்கவில்லை. ஏனெனில், நம்மைவிடக் குறைவாக உள்ளதைத்தான் நாம் சகித்துக்கொள்வோம், ஒரு குறிப்பிட்ட மதத்தைச் சேர்ந்த ஒருவர் ‘நான் பிற மதங்களைச் சகித்துக்கொள்கிறேன்’ என்று சொன்னால், அவர் மற்ற மதங்களைத் தன் மதத்தைவிட இழிவாகக் கருதுகிறார் என்கிற பொருள் வந்துவிடுகிறது.

ஆனால், அகிம்சை வழியில் நடக்கிறவர்கள் தன் மதத்தின்மீது வைக்கிற அதே மதிப்பைப் பிற மதங்களின்மீதும் வைப்பார்கள் என்கிறார் காந்தி. அதாவது, தங்கள் மதத்தை உயர்வாகவும் மற்ற மதங்களைத் தாழ்வாகவும் கருதாமல் அனைத்தையும் சமமாகக் கருதி மதிப்பார்கள்.

பொதுவாக, மக்கள் தாங்கள் சார்ந்துள்ள மதங்களின் புனித நூல்களைப் படிப்பதுதான் வழக்கம். ஆனால் இந்து மதத்தைச் சேர்ந்த காந்தியோ, பல மதங்களின் புனித நூல்களைத் தேடிப் படித்தார். இவ்வாறு கிறித்துவ, இஸ்லாமிய, சரதுச, யூத மதங்களின் நூல்களைப் படித்தபோது, ‘என்னுடைய மதம் இல்லை என்ற ஒரே காரணத்துக்காக இந்த மதங்களை

விமர்சிக்கவேண்டும் என்ற சிறு எண்ணமும் எனக்கு உண்டாகவில்லை' என்கிறார். 'ஒவ்வொரு புனித நூலையும் நான் ஒரேமாதிரியான பக்தியுடன்தான் படித்தேன். அவற்றில் சொல்லப்பட்டிருக்கும் ஒழுக்கங்களும் ஒரேமாதிரிதான் இருந்தன.'

அப்படியானால், இத்தனை மதங்கள் எதற்கு? ஒரே ஒரு மதம் போதாதா?

இதை விளக்குவதற்குக் காந்தி ஒரு மரத்தை எடுத்துக்காட்டாகக் கொள்கிறார், 'மரத்தில் ஒரு தண்டுப்பகுதிதான் உள்ளது, ஆனால், அதிலிருந்து பல கிளைகள், இலைகள் செல்கின்றன. அதைப்போல, ஒரே ஓர் உண்மையான, கச்சிதமான மதம்தான் உள்ளது, ஆனால், மனிதன் என்கிற ஊடகத்தின் வழியாகச் செல்லும்போது அது பல மதங்களாகிவிடுகிறது.'

காந்தி சொல்லும் அந்த 'ஒரே மதம்' பிழையில்லாதது, அந்தக் கடவுள் பிழையற்றவர், ஆனால், பிழைகளைக் கொண்ட மனிதன் அதைத் தனக்குத் தெரிந்த வகையில் புரிந்துகொள்கிறான், தனக்குத் தெரிந்த மொழியில் அதைப்பற்றிப் பேசுகிறான், அந்தச் சொற்களைப் பிழைகளைக் கொண்ட மற்ற மனிதர்கள் கேட்டுத் தங்களுக்குத் தெரிந்த வகையில் புரிந்துகொள்கிறார்கள், இப்படிப் பல மதங்கள் உண்டாகிவிடுகின்றன.

இந்த உணர்வு நமக்கு வந்துவிட்டால், கடவுளை நாம் புரிந்துகொண்டதுதான் சரி, மற்றவர்கள் புரிந்துகொண்டது தவறு என்று நாம் எண்ணமாட்டோம், நம் மதம்தான் உயர்வானது, மற்ற மதங்கள் தாழ்வானவை என்ற சிந்தனை நமக்கு வராது. அவர்கள் கடவுளை எப்படிப் புரிந்துகொண்டிருக்கிறார்கள் என்று கேட்போம், அதில் நல்லவற்றை எடுத்துக்கொள்வோம் என்றுதான் தோன்றும்.

'மற்ற மதங்களை மதிப்பதால் நாம் நம்முடைய மதத்தை அலட்சியப்படுத்துகிறோம் என்று பொருள் இல்லை' என்கிறார் காந்தி, 'உண்மையில், மற்ற மதங்களை மதிப்பதன்மூலம் நம்முடைய மதத்தின்மீது இன்னும் அறிவார்ந்த, இன்னும்

தூய்மையான அன்பை நாம் உணரலாம், ஆன்மிக உணர்வைப் பெறலாம், நம் மதத்தை மேலும் உண்மையாகப் புரிந்துகொள்ளலாம்.'

நல்ல பக்தரை விவரிக்கும் நர்சி மேத்தா, 'யாரையும் தாழ்வாகக் கருதாதவர்' என்று கூறுவதைக் கவனியுங்கள். அந்த 'யாரையும்' என்பதில் அனைவரும் இடம்பெறுகிறார்கள், ஒரு குறிப்பிட்ட மதத்தைச் சேர்ந்தவர்கள்மட்டுமில்லை. இன்னொரு மதத்தைச் சேர்ந்தவர் என்பதால்மட்டும் ஒருவரைத் தாழ்வாக எண்ணாத சிந்தனை நமக்கு இருந்தால்தான், நம் கடவுள் நம்மைப் பார்த்துச் சிரிப்பார், அருள் புரிவார்.

22. எப்போதும், எவர்மீதும் அன்பைச் செலுத்துங்கள்

சென்னையிலிருந்து தில்லிக்குச் செல்லும் ரயில் ஒன்றில் நீங்கள் பயணம் செய்கிறீர்கள் என்று வைத்துக்கொள்வோம். அந்த ரயிலின் முதல் பெட்டியிலிருந்து நிறைவுப் பெட்டிவரை மெதுவாக ஒருமுறை நடந்து திரும்புங்கள், யாரிடமும் பேசவேண்டாம், அவர்கள் தங்களுக்குள் என்ன பேசிக்கொள்கிறார்கள் என்பதைக் காதால் கேட்டால் போதும்.

இப்போது, நீங்கள் உங்களுடைய இருக்கைக்குத் திரும்பிவிட்டீர்கள், அதுவரை கேட்டதை அசைபோடுகிறீர்கள். இதன்மூலம் உங்களுக்கு என்ன புரிந்தது?

முதலில், இந்தச் சில நிமிட நடையில் நீங்கள் குறைந்தது ஐந்தாறு மொழிகளையாவது கேட்டிருப்பீர்கள், ஒரே மொழியில் வெவ்வேறு வட்டார வழக்குகளைக்கூடக் கேட்டிருக்கக்கூடும்.

அடுத்து, அப்படிப் பேசிய யாரிடமும் எந்தத் தடுமாற்றத்தையும் (அதாவது, மொழி தொடர்பான குழப்பங்களையும்) பார்த்திருக்கமாட்டீர்கள். சிலர் மற்ற மொழி பேசுவோருடன் உரையாடுவதற்குச் சிரமப்படலாம், ஆனால், அவரவர் தங்கள்

மொழிகளில் நன்றாகத்தான் உரையாடிக்கொண்டிருக்கிறார்கள், கருத்துகள் சரியாகத்தான் சென்றுசேர்ந்துகொண்டிருக்கின்றன.

ஆக, ஒரே இடத்தில் பலரால் பலவிதமான மொழிகள் பேசப்பட்டபோதும், குழப்பம் இல்லை, மொழியின் பணியாகிய தகவல்தொடர்பு நடந்துகொண்டுதான் இருக்கிறது.

இப்போது, அந்த மொழிகளில் எது உயர்வு, எது தாழ்வு என்று உங்களால் சொல்ல இயலுமா?

நீங்கள் தமிழைத் தாய்மொழியாகக் கொண்டவர் என்றமுறையில் உங்கள் மனத்தில் தமிழ் உயர்வான மொழி என்கிற எண்ணம் இருக்கும், இருக்கவேண்டும். அதே நேரம், தெலுங்கைத் தாய்மொழியாகக் கொண்ட ஒருவர் இதே பரிசோதனையில் ஈடுபட்டால் அவர் தெலுங்கை உயர்வாகக் கருதுவார். அது ஓர் இயல்பான எண்ணம்தான்.

அதே நேரம், மற்ற மொழிகள் அனைத்தும் தங்கள் பணியை முறையாகச் செய்கின்றன என்ற காரணத்தால், இந்த மொழி உயர்வு, அந்த மொழி தாழ்வு என்கிற கருத்துகள் பொருளற்றவை. ஒருவேளை இரு மொழிகளுக்கிடையில் சில மாறுபாடுகள், குறைகள் இருந்தாலும்கூட, அந்தந்த மொழி அவரவர்க்கு உயர்வானதுதான். அதனால், அவற்றை ஒட்டுமொத்தமாகத் தொகுத்துப் பார்க்கும்போது, சிறந்த மொழி, மோசமான மொழி என்ற சிந்தனை கூடாது.

மொழிகளைப்பற்றிய இதே கருத்தை நாம் மதங்களைப்பற்றிய விவாதத்துக்கும் கொண்டுவரலாம். மதங்களுக்கிடையிலான சகிப்புத்தன்மை, ஏற்றுக்கொள்ளுதலைப்பற்றிப் பேசும்போது, சரி, தவறு அல்லது நல்லது, கெட்டது என்கிற விவாதத்தை அதில் கலக்கக்கூடாது.

அதாவது, ஒரு மதத்தைச் சார்ந்தவர் தன்னுடைய மதத்தைச் சரியானது, நல்லது என்றும், மற்ற மதங்களைத் தவறானவை, தீயவை என்றும் எண்ணக்கூடாது. எப்படி ஒரே ரயிலில் அல்லது ஒரே நாட்டில் பல மொழிகளைப் பேசுகிறவர்கள் அந்தந்த மொழிகளின்மூலம் தகவல்தொடர்பைத் தொடர்ந்து

நிகழ்த்த இயலுமோ, அப்படிப் பல மதங்களைச் சார்ந்தவர்கள் அந்தந்த மதங்களின்மூலம் இறைவரை அறியலாம், உணரலாம், அவரைச் சேரும் வழியில் நடக்கலாம்.

'உலகின் முதன்மை நம்பிக்கைகள்(மதங்கள்) அனைத்தும் பொதுவான அடித்தளங்களின் அடிப்படையில் அமைந்துள்ளவை' என்கிறார் காந்தி. இதற்குச் சான்றாக அவர் சுட்டிக்காட்டுவது, எல்லா மதங்களிலும் மிகச் சிறந்த ஞானிகள் தோன்றியிருக்கிறார்கள் என்பதைத்தான்.

அதாவது, இந்து, இஸ்லாம், கிறித்துவம், பௌத்தம், சமணம் என்று நீங்கள் எந்த மதத்தை எடுத்துக்கொண்டு ஆராய்ந்தாலும் சரி, வரலாற்றின் வெவ்வேறு காலகட்டங்களில் வெவ்வேறு சிறந்த அறிஞர்கள் அந்த மதங்களில் தோன்றியிருக்கிறார்கள், அவற்றின் சிந்தனைகளை மக்களுக்குக் கொண்டுசென்றிருக்கிறார்கள், புதிய சிந்தனைகளை உருவாக்கியிருக்கிறார்கள். நல்ல நிலத்தில்தான் விதைகள் முளைக்கும், செழித்து வளரும் என்கிற பின்னணியில் இதைப் பார்க்கிறபோது, எல்லா மதங்களும் நல்ல நிலங்கள்தாம் என்கிற புரிந்துகொள்ளல் நமக்கு வரவேண்டும்.

சிலர் மத நம்பிக்கை இல்லாமல் இருக்கிறார்களே, கடவுள் இல்லை என்கிறார்களே, அவர்களை எப்படி அணுகுவது?

இதற்கும் காந்தி தெளிவாகப் பதில் சொல்லியிருக்கிறார், 'நீங்கள் அன்பைப் பின்பற்றுகிறீர்கள் என்றால், மத நம்பிக்கை இல்லாத ஒருவர்மீது உங்களுக்கு வெறுப்பு வராது. அவர்மீதும் நீங்கள் அன்பைத்தான் செலுத்துவீர்கள்.'

அதே நேரம், நீங்கள் மத நம்பிக்கை உள்ளவராக இருப்பதால், அவர் மத நம்பிக்கை இன்றி இருப்பது உங்களுக்கு வருத்தம் தரலாம். 'அடடா, இவர் தவறான பாதையில் உள்ளாரே' என்று நீங்கள் எண்ணலாம், 'இவரைச் சரியான பாதைக்குக் கொண்டுவரவேண்டும்' என்று கருதலாம்.

இங்கு நாம் கவனிக்கவேண்டிய விஷயம், நம்முடையது சரியான பாதை, அவருடையது தவறான பாதை என்பது நம் கோணம், அவ்வளவுதான். அவருடைய கோணத்தில் இது

தலைகீழாக இருக்கும். அதாவது, அவர் நம்மைப் பார்த்து, ‘நீங்கள்தான் தவறான பாதையில் உள்ளீர்கள், நான் உங்களைத் திருத்தப்போகிறேன்’ என்று எண்ணுவார்.

இப்படி மத நம்பிக்கை இல்லாதவர்கள் மத நம்பிக்கை உள்ளவர்களை மாற்ற முயல்வதும், மத நம்பிக்கை உள்ளவர்கள் மத நம்பிக்கை இல்லாதவர்களை மாற்ற முயல்வதும் இயல்பான உரையாடல்கள்தாம். ஆனால், அதில் துளியும் வெறுப்பு இருக்கக்கூடாது, நான் நினைப்பதுதான் நடக்கவேண்டும் என்ற பிடிவாதம் இருக்கக்கூடாது, மூன்று சாத்தியங்களுக்கும் மனத்தைத் திறந்துவைக்கவேண்டும் என்கிறார் காந்தி: இவர் அவரை மாற்றலாம் அல்லது அவர் இவரை மாற்றலாம் அல்லது இருவரும் அந்தக் கருத்து வேறுபாட்டைச் சகித்துக்கொண்டு தொடர்ந்து அவரவர் வழியில் நடக்கலாம்.

யோசித்துப்பார்த்தால், இந்தச் சிந்தனையை மதத்துக்குமட்டுமின்றி எல்லா விஷயங்களுக்கும் பயன்படுத்தலாம்: மொழி, உணவுமுறை, பழக்கவழக்கங்கள் என்று அனைத்திலும் நாம் ஒரேபோல் இருப்பதில்லை. நான் அதிகாலையில் விழித்து வேலைபார்க்கிறேன் என்பதற்காக இரவு நெடுநேரம் வேலைபார்க்கிறவர்களை இழிவாகக் கருதக்கூடாது. அதுபற்றி அவர்களுடன் உரையாடலாம், ஒருவேளை அவர்கள் தரப்பில் நியாயம் இருந்தால் நம்மை மாற்றிக்கொள்ளலாம், நம் தரப்பில் நியாயம் இருந்தால் அவர்கள் மாறலாம், இருவரும் மாறாமலும் இருக்கலாம், சகிப்புத்தன்மையும் அன்பும் மாறிவிடக்கூடாது.

மக்களுக்கிடையில் உள்ள வேறுபாடுகளைக் கொண்டு அவர்கள்மீது வெவ்வேறு முத்திரைகள் குத்திப் பிரிப்பதும் பாகுபடுத்திப் பேசுவதும் வெறுப்பை உண்டாக்குவதும் மிக எளிது. அதை யார் வேண்டுமானாலும் செய்யலாம். வேறுபாடுகளைக் கடந்து நமக்குள் தொடரவேண்டிய அன்பு இழையைக் கண்டறிந்து சுட்டிக்காட்டுவது மிகக் கடினம், அதற்கு நமக்கு ஒரு மகாத்மா தேவைப்படுகிறார்.

23. பாத்திரம் கழுவிய தலைவர்

*1909*ம் ஆண்டு. இங்கிலாந்தில் படித்துக்கொண்டிருக்கிற இந்திய மாணவர்களுக்குத் தங்களுடைய சொந்த நாட்டையும், அது சார்ந்த தேசியக் கடமையையும் நினைவுபடுத்துவதற்காக ஒரு கூட்டம் நடத்தினார்கள். லண்டனில் நடைபெற்ற அந்தக் கூட்டத்துக்குத் தலைமை தாங்குவதாகக் காந்தி ஒப்புக்கொண்டிருந்தார்.

பதிலுக்குக் காந்தி எதிர்பார்த்த ஒரே விஷயம், மாணவர்களுக்கு இந்தியச் சைவ உணவு பரிமாறவேண்டும் என்பதுதான். விழாவை நடத்தியவர்கள் காந்தியின் இந்தக் கோரிக்கையை ஏற்றுக்கொண்டார்கள்.

பொதுவாக இதுபோன்ற விழாக்களுக்கு உணவு சமைக்கிற பொறுப்பை ஏதாவது ஓர் உணவகத்திடம் ஒப்படைப்பதுதான் வழக்கம். ஆனால், காந்தி எதிர்பார்ப்பது இந்திய உணவு என்பதால், விழாவை நடத்திய தன்னார்வலர்களே சேர்ந்து சமைப்பதாகத் தீர்மானித்தார்கள். விழா நாள் வந்தது. அன்று மதியம் எல்லாத் தன்னார்வலர்களும் சுறுசுறுப்பாகச் சமையல் வேலைகளைத் தொடங்கினார்கள். ஆளாளுக்கு ஒரு பணியை இழுத்துப்போட்டுக்கொண்டு மகிழ்ச்சியாகச் செய்தார்கள்.

சிறிது நேரம் கழித்து, ஒல்லியான ஒரு மனிதர் அங்கு வந்தார். தானும் அவர்களுடைய வேலைகளில் இணைந்துகொண்டார். பாத்திரங்களைக் கழுவுவது, காய்கறிகளைத் தூய்மைப்படுத்துவது என்று எல்லாப் பணிகளையும் ஆர்வத்துடன் செய்தார். நேரம் ஓடியபோதும் அவருடைய சுறுசுறுப்புமட்டும் குறையவில்லை.

சில மணி நேரத்துக்குப்பின், வ. வே. சு. ஐயர் அங்கு வந்தார். அவர் இந்த ஒல்லி மனிதரைக் கண்டதும் வியந்து நின்றுவிட்டார். ஏனெனில், அவர்தான் அன்றைய விழாவின் தலைவர் காந்தி.

பொதுவாக விழாத்தலைவர்கள் விழா தொடங்குவதற்குச் சிறிது நேரம் முன்புதான் வருவார்கள், மற்றவர்களுடைய மதிப்பை ஏற்றுக்கொண்டு நேராக மேடைக்குச் சென்றுவிடுவார்கள். ஆனால் காந்தியோ அப்படி நடந்துகொள்ளவில்லை. 'இந்திய உணவுதான் பரிமாறவேண்டும்' என்று கட்டளை போட்டுவிட்டு அதற்காகப் பிறரை வேலை செய்யச்சொல்லாமல், தானும் அந்தச் சமையலுக்கு உதவவேண்டும் என்று நேரில் வந்துவிட்டார்.

வ. வே. சு. ஐயர் காந்தியை அடையாளம் கண்டுவிட்டபிறகும், அவர் பணிபுரிவதை நிறுத்தவில்லை. அன்றைய இரவு விருந்துக்கு மேசைகளை அமைப்பது, தட்டுகளை வைப்பது, உணவு பரிமாறுவது ஆகிய பணிகளைத் தொடர்ந்து செய்தார். அதன்பிறகு, விழாவுக்குத் தலைமை தாங்கிப் பேசினார்.

இந்த நிகழ்ச்சியை நேரில் கண்ட மருத்துவர் தி. சே. சௌ. ராஜன் (அப்போது அவர் லண்டனில் படித்துக்கொண்டிருந்தார்) காந்தியின் பணிவை எண்ணி வியக்கிறார். 'அன்றைய கூட்டத்தில் அவர் பேசியது என்ன என்பதுகூட எனக்குச் சரியாக நினைவில்லை. ஆனால், அவர் செய்தவை அனைத்தும் எங்கள் மனத்தில் அழுத்தமாகப் பதிந்துவிட்டன' என்கிறார்.

இது ஏதோ ஒரே ஒரு கூட்டத்தில் காந்தி செய்த செயல் இல்லை. அவர் வாழ்நாள்முழுக்கப் பணிவான மக்கள் தொண்டராகத்தான் இருந்தார், அப்படித்தான் நடந்துகொண்டார். மக்களிடையில் அவருக்கு இருந்த செல்வாக்குக்கு அவரை இந்தியாவின் அரசர் என்றுகூடச் சொல்லிவிடலாம். ஏனெனில், அப்போது

இந்தியாமுழுவதையும் ஆண்ட அரசர் என்று யாரும் இல்லை, பிரிட்டிஷ் அரசாங்கம்கூட இந்தியாவின் ஒரு பகுதியைத்தான் ஆண்டது. ஆனால், காந்தியின் ஆளுமை இந்தியாமுழுவதும் பரவியிருந்தது. அவருடைய ஒரு சொல்லுக்காக எல்லாரும் காத்திருந்தார்கள், அவர் சொல்வதைச் சிரமேற்கொண்டு செய்தார்கள், கிராமங்கள், குக்கிராமங்களிலெல்லாம் அவருடைய தொண்டர்கள் பரவியிருந்தார்கள், அவருடைய கொள்கைகளைக் கொண்டுசேர்த்தார்கள், இந்த உண்மைகள் எவையும் அவருக்கு ஒருபோதும் செருக்கையோ தலைக்கனத்தையோ உண்டாக்கவில்லை என்பதுதான் வியப்பு.

ஏனெனில், அவரே சொல்வதுபோல், பணிவு கொண்ட ஒருவர் தன்னுடைய படிப்பையோ செல்வத்தையோ திறமைகளையோ ஆற்றலையோ பதவியையோ புகழையோ பெரிதாக எண்ணுவதில்லை, தன்னை வியந்துகொள்வதில்லை, மற்றவர்களைவிடத் தான் உயர்ந்தவன் என்று நினைப்பதில்லை, இந்தப் பரந்த உலகத்தில் தான் ஒரு சிறு துளி என்பதை அவர் உணர்ந்திருக்கிறார்.

பணிவை வேண்டுவோர் தங்களுடைய பார்வையை மாற்றவேண்டும், சற்றுப் பின்னால் சென்று, அல்லது உயரச் சென்று சிந்திக்கவேண்டும்.

எடுத்துக்காட்டாக, சென்ற ஆண்டில் ஒருமுறை கீழே விழுந்து அடிபட்டுக்கொண்டு மிகவும் வருந்திய ஒருவர், இப்போது அதைப்பற்றி நினைப்பதுகூட இல்லை. இன்னும் பத்து ஆண்டுகள் சென்றால், 'நானா? விழுந்தேனா? நினைவில்லை!' என்றுகூடச் சொல்லிவிடுவார். ஆனால், விழுந்த அந்தக் கணத்தில் அது ஒரு பெரிய பிரச்சனையாக, தீர்க்கமுடியாத தொல்லையாக எண்ணியிருப்பார், தொலைநோக்கில் பார்க்கும்போதுதான் அது அப்படி இல்லை என்பது புரிகிறது.

பெரிய மலைகள், அடர்ந்த காடுகள், ஓங்கி உயர்ந்த மரங்கள், ஆழ்கடலின் விரிவு போன்றவற்றைப் பார்க்கும்போது, அவற்றுடன் ஒப்பிட்டால் நாம் எவ்வளவு சிறியவர்கள் என்ற எண்ணம் நமக்கு வரும். இந்த உலகத்தின் மிக நீண்ட வரலாற்றைச்

சிந்தித்தால் நாம் வாழும் காலகட்டம் எத்தனை சிறியது என்பது புரியும். இங்கு வாழ்ந்து பல மாற்றங்களைக் கொண்டுவந்தவர்கள், பெரிய விஷயங்களைக் கண்டுபிடித்தவர்கள், சாதித்தவர்கள், போராடி வென்றவர்களுடைய வாழ்க்கையைப் படித்தால் நாம் செய்தவையெல்லாம் ஒரு பெரிய விஷயமா என்று எண்ணத் தோன்றும்.

ஆனால், இப்படியெல்லாம் சிந்தித்தால் பணிவு வராது என்கிறார் காந்தி. 'பணிவான ஒருவர் தன்னுடைய பணிவை உணர்ந்திருப்பதுகூட இல்லை. நீங்கள் உண்மையை அளக்கலாம், ஆனால், பணிவை அளக்கமுடியாது. அதைப் பழக்கத்தால் கொண்டுவரவும் முடியாது, உங்களுக்குள் இயல்பாகப் பணிவு இருக்கவேண்டும். அதுதான் ஒரே வழி.'

சிலர் போலியான பணிவைக் காண்பிப்பதைப் பார்த்திருப்பீர்கள். 'எட்டுக் கார் வெச்சிருக்கேன், மாசாமாசம் ஐம்பது பேருக்குக் கல்வி உதவி செய்யறேன். இதெல்லாம் ஒரு பெரிய விஷயமா? என்னைவிடப் பெரிய சேவை செய்யறவங்க நிறையப் பேர் இருக்காங்க' என்பார்கள் அவர்கள். அந்தப் பேச்சின் நோக்கம் பணிவைக் காட்டுவது இல்லை, பணிவாக இருப்பதுபோல் நடித்து அதன்மூலம் தங்களைப் பெருமைப்படுத்திக்கொள்வதுதான். 'ஒருவர்மீது நெஞ்சுக்குள் சினத்தை வைத்துக்கொண்டு வெளியில் சும்மா அவரை வணங்குவது பணிவு இல்லை, கபடம்' என்கிறார் காந்தி.

குறிப்பாக, மக்கள் சேவையில் ஈடுபடுகிறவர்களுக்குப் பணிவு மிகவும் தேவை. 'நான் இதைச் செய்தேன், அதைச் செய்தேன்' என்று சொல்லிக்காண்பிக்கும்போது, அல்லது, அப்படி மனத்துக்குள் எண்ணிப் பெருமிதம் கொண்டால்கூட அவர்களுடைய பணிவு காணாமல் போய்விடுகிறது. உண்மையான பணிவு கொண்டவர்கள் தங்களிடம் உதவி பெறுகிறவர்களைவிடத் தாங்கள் உயர்வானவர்கள் என்று எண்ணமாட்டார்கள், தாங்கள் உதவி செய்ய ஒரு வாய்ப்பை வழங்கியதற்காக அவர்களுக்கு நன்றிதான் சொல்வார்கள்.

24. தவறுகளை ஒப்புக்கொள்வோம், திருத்திக்கொள்வோம்

நீங்களும் உங்களுடைய நண்பர் ஒருவரும் அமெரிக்காவைப்பற்றி ஏதோ உரையாடிக்கொண்டிருக்கிறீர்கள். அப்போது, அமெரிக்காவின் தலைநகரம் எது என்று பேச்சு வருகிறது.

'இது தெரியாதா? அமெரிக்காவின் தலைநகரம் நியூயார்க்தான்' என்று நீங்கள் சொல்கிறீர்கள். உங்களுடைய நண்பருக்கு அமெரிக்காவின் தலைநகரத்தைப்பற்றி எதுவும் தெரியவில்லை. அதனால், நீங்கள் சொல்வதைச் சரி என்று ஏற்றுக்கொண்டுவிடுகிறார்.

அன்று மாலை, நீங்கள் இணையத்தில் ஏதோ ஒரு கட்டுரையைப் படித்துக்கொண்டிருக்கிறீர்கள். அதில் அமெரிக்காவின் தலைநகரம் வாஷிங்டன் என்று போட்டிருக்கிறது. அதைப் படித்ததும் உங்களுக்கு அதிர்ச்சி, இணையத்தில் அதைப்பற்றித் தேடுகிறீர்கள், அது உண்மைதான் என்று உறுதிப்படுத்திக்கொள்கிறீர்கள். ஆக, சில மணி நேரங்களுக்குமுன்னால் நீங்கள் உங்களுடைய நண்பரிடம் சொன்னது தவறு. அமெரிக்காவின் தலைநகரம் நியூயார்க் இல்லை, வாஷிங்டன்தான். இது உங்களுக்கு ஐயமறத் தெரிந்துவிட்டது. இப்போது நீங்கள் என்ன செய்வீர்கள்?

இந்த இடத்தில் பலர் தங்களுடைய பிழையைத் தங்களுக்குள் மூடிவைத்துவிடுவார்கள். மிகச் சிலர்தான் அந்த நண்பரைத் தொடர்புகொண்டு, 'நான் காலையில் சொன்னது தவறு' என்று ஒப்புக்கொள்வார்கள், தாங்கள் செய்த பிழைக்காக மன்னிப்புக் கோருவார்கள்.

அந்தப் "பலர்" தங்களுடைய அறிவைப்பற்றிப் பெருமிதம் கொண்டவர்கள், 'எனக்கு எல்லாம் தெரியும்' என்று நினைக்கிறவர்கள், 'நான் அறியாத விஷயங்கள் இந்த உலகில் ஏதும் இல்லை' என்று வெளிப்படையாகச் சொல்கிறவர்கள். அதனால், தாங்கள் சொன்ன ஒரு விஷயம் தவறு என்று ஒப்புக்கொள்ள அவர்களுக்கு மனம் வருவதில்லை, அப்படி ஒப்புக்கொண்டால் தங்களுடைய நிலைமை தாழ்ந்துவிடும் என்று அவர்கள் கருதுகிறார்கள்.

ஆனால், அந்த "மிகச் சிலர்" அப்படிப் பிடிவாதமாக எண்ணுவதில்லை. அவர்களும் அறிவாளிகள்தான். ஆனால், தாங்களும் தவறு செய்யக்கூடும் என்று அவர்களுக்குத் தெரியும். அதனால், ஒருவேளை பிறர் அந்தத் தவற்றைச் சுட்டிக்காட்டினால் சினம் கொள்ளாமல், 'நான் சொன்னதுதான் சரி' என்று எதிர்த்து வாதிடாமல், 'என்மேல குறை சொல்றதுக்கு நீ யாரு?' என்று பாயாமல் அதை ஏற்றுக்கொள்வார்கள், திருத்திக்கொள்வார்கள். ஏனெனில், தவறு செய்வது மனித இயல்பு, தவற்றைத் திருத்திக்கொண்டு முன்னேறுவதும் மனித இயல்பு என்கிற உண்மை அவர்கள் அறிந்திருப்பார்கள், தாங்களும் அந்த இயல்புக்கு உட்படுகிறவர்கள் என்கிற பணிவு அவர்களிடம் இருக்கும்.

'என்னுடைய கணக்குகள், தீர்மானங்களில் நான் பலமுறை தவறு செய்திருக்கிறேன்' என்று காந்தி வெளிப்படையாக ஒப்புக்கொள்கிறார், 'அப்படித் தவறு செய்தபோதெல்லாம் நான் பின்னால் சென்று என்னுடைய சிந்தனையை மாற்றிக்கொண்டிருக்கிறேன்.'

மனிதர்கள் ஒவ்வொருவருக்கும் தங்களைப்பற்றிய ஓர் உயர்வான எண்ணம் இருக்கும். அதனால், தங்களுடைய

சிந்தனை பிழையாக இருந்தாலும் அதை மாற்றிக்கொள்ளத் தயங்குவார்கள். 'நான் எப்படித் தவறு செய்யமுடியும்? நான் நினைப்பது சரியாகத்தான் இருக்கவேண்டும்' என்று எண்ணுவார்கள்.

ஆனால், நாம் விளைவித்தோம் என்பதற்காகக் கெட்டுப்போன உணவை உண்டால் யாருக்குக் கெடுதல்? நாம் காசு கொடுத்து வாங்கினோம் என்பதற்காகக் கிழிந்துபோன சட்டையை உடுத்திக்கொண்டு தெருவில் நடக்க இயலுமா? இதுபோன்ற நேரங்களில் நான் பிடித்த முயலுக்கு மூன்று கால்தான் என்று பிடிவாதம் பிடிக்காமல் நம்முடைய தன்முனைப்பை (Ego) ஓரங்கட்டிவிட்டு எது சரி என்பதைக் கவனிக்கவேண்டும், அதற்குப் பணிவு உதவும்.

'நான் எப்போதெல்லாம் என்னுடைய பழைய, தவறான சிந்தனைகளை மாற்றிக்கொண்டேனோ, அப்போதெல்லாம் எனக்கு எந்தத் தீமையும் விளையவில்லை' என்கிறார் காந்தி. அதாவது, நம்முடைய பிழைகளைத் திருத்திக்கொள்வது நம்மை அறிவற்றவர்களாகக் காண்பிக்காது, இழிவானவர்களாக ஆக்காது, மாறாக, இன்னும் வலுவானவர்களாகத்தான் ஆக்கும்.

உண்மை என்னும் கடலில் நாம் மிதக்கவேண்டுமென்றால், நாம் நம்மைப் பூஜ்ஜியமாக, அதாவது, மிகச் சிறியவர்களாக ஆக்கிக்கொள்ளவேண்டும் என்று காந்தி கற்றுத்தருகிறார். 'மிகுந்த பணிவு இல்லாத யாராலும் உண்மையைக் கண்டறிய இயலாது.'

மற்றவர்களைத் தங்களைவிட இழிவாகக் கருதுகிறவர்கள் அவர்களைப் பார்த்து, 'என்னைப் பொறுத்தவரைக்கும் நீ ஒரு தூசு' என்பார்கள், 'துரும்புமாதிரி இருந்துகிட்டு என்னைக் கேள்வி கேட்கறியா? ஊதித் தள்ளிடுவேன்' என்று மிரட்டுவார்கள்.

தூசு, துரும்பு ஆகியவை மிகச் சிறிய துகள்கள், கொஞ்சம் ஊதினால் அவை பறந்து போய்விடும், தெருவில் நடக்கிறவர்கள் எல்லாரும், ஒரு சின்னக் குழந்தைகூட அந்தத் தூசை மிதித்துவிடும்.

‘உண்மையைத் தேடுகிற நாம் தூசைவிடச் சிறியவர்களாக ஆகிவிடவேண்டும்’ என்கிறார் காந்தி, ‘அதாவது, தூசுகூட நம்மை நசுக்கிவிடக்கூடும் என்கிற அளவுக்குப் பணிவினால் நம்மைக் குறுக்கிக்கொள்ளவேண்டும். அப்போதுதான் உண்மை நமக்குப் புலப்படும்.’

காந்தி கடவுள் வழிபாட்டை பணிவைக் கற்கும் பயிற்சியாகக் கருதினார். நாம் ஆலயத்துக்குச் செல்லும்போது, கடவுளுக்குமுன் கைகூப்பி நிற்கும்போது நம்முடைய படிப்பையோ செல்வத்தையோ வலிமையையோ புகழையோ ஒரு பொருட்டாகக் கருதுவதில்லை. எல்லாவற்றையும் மறந்து, ‘இறைவா, உன் பெருமைக்குமுன்னால் நான் மிகச் சிறியவன், நான் செம்மையாக வாழ அருள் புரி’ என்று கேட்கிறோம். அந்தப் பணிவு, நம்முடைய உள்ளத்தைத் தூய்மையாக்கும், உள்ளுக்குள் தேடி நம்மை உணர்ந்துகொள்ள உதவும் என்று காந்தி விளக்குகிறார்.

பணிவுக்கு இயற்கையிலிருந்தும் ஒரு சுவையான எடுத்துக்காட்டைச் சொல்கிறார் காந்தி. மாமரம் மிக இனிப்பான பழங்களைக் கொண்டிருக்கிறது. ஆனால், அவற்றை உலகுக்கு வழங்கும்போது அந்த மாமரம் செருக்குடன் நெஞ்சு நிமிர்த்தி நிற்பதில்லை, தலைகுனிந்து தன்னுடைய செல்வத்தை வழங்குகிறது. அதைப்போல் நாமும் பணிவோடு பிறருக்கு உதவவேண்டும்.

பிறருடன் பழகும்போது அந்த உறவில் நாம் உயர்ந்தவர்கள், அவர்கள் தாழ்ந்தவர்கள் என்ற எண்ணம் இல்லாமல் இருவரும் சமநிலையில் உள்ளவர்கள் என்று எண்ணுவதற்குப் பணிவு மனப்பான்மை உதவும். ‘நம்முடைய தவறுகள் எறும்புப் புற்று அளவுக்குச் சிறியவையாக இருந்தாலும், அவற்றைப் பெரிய மலையைப்போல் நினைத்துக்கொள்ளவேண்டும், நம்மைத் திருத்திக்கொள்ளவேண்டும். பிறருடைய தவறுகள் மலை அளவுக்குப் பெரியவையாக இருந்தாலும், அவற்றைச் சிறிய எறும்புப் புற்றைப்போல் நினைத்துக்கொள்ளவேண்டும், அவர்களை மன்னிக்கவேண்டும்’ என்பது காந்தியின் பாடம்.

நம்முடைய திருவள்ளுவரும் இதைத்தான் சொல்கிறார்:

‘தினைத்துணையாம் குற்றம் வரினும் பனைத்துணையாக்
கொள்வர் பழி நாணுவார்.’

தினையளவு சிறிய குற்றம் செய்தாலும் அதைப் பனையளவு பெரிய குற்றமாக எண்ணி நாணப்படவேண்டும், நம்முடைய பிழையைத் திருத்திக்கொள்ளவேண்டும். பணிவு உள்ளவர்கள் அதை இயல்பாகச் செய்வார்கள். மற்றவர்கள், ‘என்னிடம் தினையளவும் குற்றம் இல்லை’ என்று பூசி மெழுகுவார்கள். நாம் முதல் வகையில் இருப்போம்!

25. உறுதிமொழிகள்

ஒருவர் உடல் பருமனால் மிகவும் துன்பப்படுகிறார், தன்னுடைய எடை இவ்வளவு மிகுதியானதற்கு ஏன் என்று யோசிக்கிறார், தான் இனிப்புப் பண்டங்களைக் கூடுதலாக உண்பதுதான் அதற்கு முதன்மைக் காரணம் என்று கண்டுபிடிக்கிறார், அதனால், தன்னுடைய உடல் நலனைக் கருத்தில் கொண்டு 'இனிமேல் நான் ஒருபோதும் இனிப்புப் பண்டங்களைச் சாப்பிடமாட்டேன்' என்று உறுதி எடுத்துக்கொள்கிறார்.

மறுநாள் அவருடைய வீட்டிலும் சரி அலுவலகத்திலும் சரி, சென்று திரும்புகிற வழியிலும் சரி, பல இனிப்புப் பண்டங்கள் அவருக்குத் தெரிகின்றன. ஆனால், அவர் மன உறுதியுடன் செயல்பட்டு அந்த இனிப்புப் பண்டங்களை மறுத்துவிடுகிறார், ஒரு துளி என்றால் ஒரு துளி இனிப்பைக்கூடச் சாப்பிடாமல் தூங்கச் செல்கிறார்.

அடுத்த நாள், அதற்கு அடுத்த நாள் என்று இதே கதை தொடர்கிறது. தொடர்ந்து ஏழு நாட்கள் அவர் இனிப்பு உண்ணாமல் இருந்துவிடுகிறார். சிறுவயதிலிருந்து இனிப்புப் பண்டங்களை விரும்பி உண்ட அவருக்கு இது மிகவும் கடினமான செயல்தான். ஆனால், உடல் நலனைப் பாதுகாக்க வேண்டுமல்லவா? அவர் சிரமப்பட்டுத் தன்னுடைய உறுதியைப் பின்பற்றுகிறார்.

எட்டாவது நாள், அவருடைய நண்பர் வெளிநாட்டிலிருந்து வருகிறார். அந்த நண்பருடைய கையில் ஒரு பரிசுப் பொட்டலம், அதற்குள், அவருக்கு மிகவும் பிடித்த வெளிநாட்டுச் சாக்லெட்கள்.

அந்தச் சாக்லெட்களைப் பார்த்தவுடன், அவர் சற்றுத் தயங்குகிறார். 'நான் இனிப்புப் பண்டங்களைச் சாப்பிடுவதில்லை என்று உறுதி எடுத்துக்கொண்டது உண்மைதான். ஆனால், இந்தச் சாக்லெட் மிகவும் அரிதானது. இனி இது எப்போது எனக்குக் கிடைக்குமோ, யாருக்குத் தெரியும்?' என்று யோசித்த அவர், சட்டென்று ஒரு துண்டு சாக்லெட்டை எடுத்துச் சாப்பிட்டுவிடுகிறார். 'இதுபோன்ற அரிய நேரங்களில் கொஞ்சம் இனிப்பு சாப்பிட்டால் உடம்புக்கு எந்தக் குறையும் வந்துவிடாது' என்று அவர் தன்னைத் தேற்றிக்கொள்கிறார்.

இனிப்புப் பண்டங்களைச் சாப்பிடுவது சரியா, தவறா என்கிற விவாதத்துக்குள் நாம் போகவேண்டாம், தான் எடுத்த உறுதியை அவர் தொடர்ந்து காப்பாற்றவில்லை என்கிற அம்சத்தைப்பற்றிமட்டும் பேசுவோம்.

நான் இனிமேல் இதைச் செய்யமாட்டேன், இனிமேல் இதைமட்டும்தான் செய்வேன் என்பதுபோல் நமக்கு நாமே அளித்துக்கொள்கிற, அல்லது, பிறரிடம் நாம் சொல்கிற உறுதிமொழிகளை சபதம், சத்தியம், வாக்குறுதி, சூளுரை, உறுதிச்சொல் என்று பலவிதமாக அழைக்கிறோம். இந்த உறுதிமொழிகளுக்கு வெவ்வேறு காரணங்களும் இருக்கலாம்: மருத்துவக் காரணங்கள், மதம் சார்ந்த நம்பிக்கைகள், நல்ல பழக்கங்களை உருவாக்கிக்கொள்ளும் விருப்பம், கெட்ட பழக்கங்களைத் தடுக்கும் முயற்சி, மன உறுத்தலால் எடுக்கிற நடவடிக்கைகள், நம்முடைய பிழைகளுக்கு நமக்கு நாமே கொடுத்துக்கொள்கிற தண்டனைகள், இப்படி மேலும் பல.

காந்தியடிகள் உறுதிமொழிகளைப்பற்றிப் பேசும்போது, 'அசையாத மன உறுதி'யைச் சிறப்பித்துச் சொல்கிறார். அதாவது, நாம் எடுத்துக்கொண்ட உறுதிமொழியை எந்தச் சூழ்நிலையிலும் மீறக்கூடாது, அதை மீறுவதால் இது கிடைக்குமோ, அது

கிடைக்குமோ என்றெல்லாம் ஆசைப்படாமல், இந்தத் துன்பம் வருமோ, அந்தத் துன்பம் வருமோ என்றெல்லாம் நடுங்காமல், 'என்ன நடந்தாலும் சரி, நான் என்னுடைய உறுதிமொழியை மீறமாட்டேன்' என்று நம் மனம் உறுதியுடன் நிற்கவேண்டும்.

எடுத்துக்காட்டாக, காந்திக்குச் சிறுவயதில் மிகவும் பிடித்த 'அரிச்சந்திரர்' நாடகத்தை எடுத்துக்கொள்வோம். அந்தக் கதையில் வரும் நாயகர் எப்போதும் உண்மையைமட்டும்தான் பேசுவது என்று உறுதியெடுத்துக்கொள்கிறார், அதனால் பல இன்னல்களைச் சந்திக்கிறார். அவர் ஒரே ஒரு பொய் சொன்னால்கூட அந்த இன்னல்களெல்லாம் ஓடிவிடும் என்கிற சூழ்நிலை. ஆனால் அப்போதும் அவர் உண்மையைத்தான் பேசுகிறார், 'என்னுடைய உறுதிமொழியை மீறாமல் காப்பேன். அதனால் எனக்கு என்ன துன்பம் வந்தாலும் பரவாயில்லை' என்று உறுதியுடன் நிற்கிறார்.

உலகத்தில் நல்லதும் இருக்கிறது, கெட்டதும் இருக்கிறது. நாம் எடுக்கிற ஒவ்வொரு தீர்மானமும் இந்த இரு வழிகளில் ஏதோ ஒன்றில்தான் நம்மைச் செலுத்துகிறது. நல்ல வழியில் நடப்பதுதான் சரி என்று நமக்குத் தெரியும். ஆனால், எப்போதும் நல்ல வழியில் நடப்பதற்கு மிகுந்த மன உறுதி தேவை. ஏனெனில், கெட்ட வழியில் பல கவர்ச்சிகள் இருக்கின்றன, அவை நம்மைச் சுண்டி இழுக்கின்றன, அவற்றுக்கு மயங்காமல் தொடர்ந்து சரியான வழியில் செல்வதற்கு உறுதிமொழிகள் நமக்கு உதவும் என்கிறார் காந்தி.

எடுத்துக்காட்டாக, 'நான் தேர்வில் எந்த ஏமாற்றும் செய்யமாட்டேன், நல்ல முறையில் படித்துத் தேர்வு எழுதுவேன், அதன்மூலம் கிடைக்கிற மதிப்பெண்கள் எனக்குப் போதும்' என்று மாணவர் ஒருவர் தீர்மானித்துக்கொள்கிறார். அதன்படி அவர் ஒழுங்காகப் படிக்கிறார், யாரையும் பார்த்துக் காப்பியடிக்காமல், எந்தத் துண்டுச் சீட்டுகளையும் தேர்வு அறைக்குள் கொண்டுசெல்லாமல் முறையாகத் தேர்வு எழுதுகிறார், நல்ல மதிப்பெண் வாங்குகிறார். ஆனால், அவரைச் சுற்றியிருக்கிற வேறு சிலர் தேர்வில் பல ஏமாற்று வேலைகளைச்

செய்கிறார்கள். அதன்மூலம் அவரைவிடக் கூடுதல் மதிப்பெண் வாங்குகிறார்கள். இதைப் பார்க்கும்போது அவருக்குள் ‘நாமும் இப்படிச் செய்தால் என்ன?’ என்கிற எண்ணம் வரலாம். அதனால் கிடைக்கப்போகும் நன்மைகள் அவரை ஈர்க்கலாம். ஆனால், அவர் எடுத்திருக்கும் உறுதிமொழி ஒரு பாதுகாப்புக் கூண்டாகச் செயல்பட்டு அந்தத் தீய வழியில் செல்லாமல் அவரைத் தடுக்கும்.

சிறுவயதில் காந்தியும் இதேபோன்ற ஒரு சூழ்நிலையைச் சந்தித்திருக்கிறார். ஒருநாள் வகுப்பில் நடைபெற்ற தேர்வில் ‘கெட்டில்’ என்ற ஆங்கிலச் சொல்லைச் சரியாக எழுதத் தெரியாமல் அவர் தடுமாறினார். அப்போது, அவருடைய ஆசிரியர் ’பக்கத்தில் இருக்கும் மாணவரைப் பார்த்து எழுது’ என்பதுபோல் அவரைத் தூண்டினார். எனினும், காந்தி அதை ஏற்கவில்லை, தவறான வழியில் செல்லவில்லை.

உறுதிமொழியை மீறினால் என்ன நடக்கும்? சில பிரச்சனைகள் வரும், அவ்வளவுதானே? அந்தப் பிரச்சனைகளைப் பார்த்து நீங்கள் அஞ்சிவிட்டால், மயங்கிவிட்டால், வளைந்துவிட்டால் உங்களிடம் மன உறுதி இல்லை என்றல்லவா பொருள் என்று கேட்கிறார் காந்தி. ‘மனத்தை உறுதியாக வைத்திருப்பவர்கள்தான் முன்னேறுவார்கள். இது உலகம்முழுமைக்கும் பொதுவான உண்மை’ என்கிறார்.

ஒருவேளை, நம்முடைய உறுதிமொழியை மீறினால் நன்மை நடக்கும் என்கிற சூழ்நிலை ஏற்பட்டால்? அப்போது நாம் நம்முடைய உறுதிமொழியை விட்டுக்கொடுக்கலாமா?

முதலில், நல்ல விஷயங்களைச் செய்வதாகதான் நாம் உறுதிமொழி எடுத்துக்கொள்ளவேண்டும். ’நான் நாள்தோறும் பொய் பேசுவேன்’ என்றெல்லாம் யாரும் உறுதிமொழி எடுத்துக்கொள்ளமாட்டார்கள். இதன் பொருள், நாம் எதைச் செய்வதாக உறுதிமொழி எடுத்தாலும் அந்தச் செயல் நல்ல விஷயம் என்று நமக்கு ஐயமின்றித் தெரியவேண்டும். ஒருவேளை ஐயம் இருந்தால், அதைப்பற்றித் தொடர்ந்து சிந்தித்து எது சரி என்று தீர்மானித்து அதன் அடிப்படையில் உறுதிமொழி

எடுக்கவேண்டும். குழப்பத்துடன் உறுதிமொழி எடுத்துவிட்டுப் பின்னர் அதை மாற்றக்கூடாது.

அடுத்து, உறுதிமொழியைப் பின்பற்றாவிட்டால் கிடைக்கப்போகும் நன்மைகள் அந்த உறுதிமொழியைப் பின்பற்றுவதால் கிடைக்கப்போகும் நன்மைகளைவிடச் சிறியவையாகதான் இருக்கும். ஒருவர் மன உறுதியுடன் தன்னுடைய உறுதிமொழியைப் பின்பற்றுகிறார் என்பது அவருக்கும் பெருமை, அவரைப் பார்க்கிற நூற்றுக்கணக்கான, ஆயிரக்கணக்கான மற்றவர்களுக்கும் பெருமை. எந்தச் சூழ்நிலையிலும் பொய் பேசாமல் உறுதியுடன் நடந்துகொண்ட அரிச்சந்திரரைப் பார்த்து எத்தனை எத்தனை பேர் உண்மை வழியில் நடந்திருப்பார்கள் என்று யோசியுங்கள்! அரிச்சந்திரர் பொய் பேசாததால் சந்தித்த துன்பங்களையெல்லாம்விட உலகுக்கு அவர் தந்த நன்மை பெரிதில்லையா?

26. எப்போதும்...

ஒருவர் சொந்தமாக வீடு கட்ட விரும்புகிறார். அதற்காக ஒரு நிலத்தை வாங்குகிறார், அங்கு வீடு கட்டுவதற்குத் தேவையான தொகையையும் திரட்டுகிறார், ஒரு பொறியாளரை அழைத்து அவரிடம் வீடு கட்டும் பொறுப்பை ஒப்படைக்கிறார். 'என்னுடைய கனவு வீடு இது, நல்லபடியாகக் கட்டித்தாருங்கள்.'

'கண்டிப்பா' என்கிறார் அந்தப் பொறியாளர். 'என்னால் இயன்றவரை சிறப்பாகக் கட்டித்தருகிறேன்.'

இங்கு அந்தப் பொறியாளர் சொல்கிற 'இயன்றவரை' என்ற சொல்லின் பொருள், அவர் தன்னுடைய படிப்பு, அனுபவம் முழுவதையும் பயன்படுத்திச் சிறப்பாகக் கட்டடத்தைக் கட்டுவார் என்பதுதான். அதாவது, தன்னிடம் உள்ள திறமையை அவர் முழுமையாகப் பயன்படுத்துவார், தனக்குத் தெரிந்த அனைத்தையும் வைத்து அந்தக் கட்டடத்தைச் சிறப்பாக வடிவமைத்துக் கட்டுவார்.

ஆனால், உறுதிமொழி சொல்லும்போது 'இயன்றவரை' என்ற சொல் பொருந்தாது என்கிறார் காந்தி. அதற்குப்பதில் 'எப்போதும்' என்ற சொல்லைப் பயன்படுத்தச் சொல்கிறார்.

அதாவது, 'என்னால் இயன்றவரை உண்மை பேசுவேன்' என்று சொல்வதற்குப்பதில் 'எப்போதும் உண்மை பேசுவேன்' என்று உறுதியெடுத்துக்கொள்ளச்சொல்கிறார்.

ஏன்? 'இயன்றவரை' என்ற சொல்லில் என்ன பிரச்சனை?

'இயன்றவரை' என்று சொல்கிறவர்கள் தங்களுடைய வாக்குறுதியிலிருந்து விலகுவதற்கான முதல் வாய்ப்புக் கிடைக்கும்போது அதில் விழுந்துவிடுகிறார்கள் என்று காந்தி விளக்குகிறார். ஏனெனில், 'இயன்றவரை' என்பது ஓட்டையுள்ள பாத்திரம், 'எப்போதும்' என்பது அதுபோன்ற எந்த ஓட்டையும் உல்லாத உறுதியான பாத்திரம்.

எடுத்துக்காட்டாக, இரண்டு பேர் கடைத்தெருவுக்குச் செல்கிறார்கள். அவர்களில் ஒருவர் 'இயன்றவரை நல்ல உணவுகளைச் சாப்பிடுவேன்' என்று உறுதியெடுத்துக் கொண்டுள்ளார், இன்னொருவர் 'எப்போதும் நல்ல உணவுகளைச் சாப்பிடுவேன்' என்று உறுதியெடுத்துக்கொண்டுள்ளார்.

இவர்கள் சென்ற கடைத்தெருவில் புதிதாக ஒரு கடை திறந்திருக்கிறார்கள். அங்கு சுடச்சுட ஜாங்கிரியும் பக்கோடாவும் தயாராகின்றன. அந்த நறுமணம் தெருவில் எல்லாருடைய மூக்கையும் எட்டுகிறது.

அப்போது, 'இயன்றவரை நல்ல உணவுகளைச் சாப்பிடுவேன்' என்று உறுதியெடுத்தவர் அந்த வாக்கை மறந்துவிடுகிறார், கடைக்குள் நுழைந்து பக்கோடா வாங்கித் தின்கிறார். ஏனெனில், அவருடைய உறுதி 'இயன்றவரை'தான், பக்கோடா மணத்தை முகர்ந்தபின் அவரால் அதைப் பின்பற்ற 'இயலாது'.

ஆனால், அந்த இன்னொரு மனிதர் அப்படிச் செய்யவில்லை. அவர் 'எப்போதும்' நல்ல உணவுகளைச் சாப்பிட எண்ணியுள்ளவர். அதனால் பக்கோடாவைப் பொருட்படுத்தாமல் பக்கத்துக் கடையில் பழம் வாங்கிச் சாப்பிடுகிறார். அவருடைய பாத்திரம் உறுதியாக இருப்பதால், 'இயன்றவரை' என்ற ஓட்டை அதில் இல்லாததால், விரும்பியோ விரும்பாமலோ அவர் தன்னுடைய வாக்குறுதியைக் காப்பாற்றுகிறார்.

நீங்கள் ஒருவரிடம் கடன் வாங்குகிறீர்கள் என்றால், 'இந்தப் பணத்தை இத்தனை ஆண்டுகளில் இவ்வளவு வட்டியுடன் திருப்பிச் செலுத்துவேன்' என்று உறுதியளிக்கவேண்டும். அதற்குப்பதிலாக, 'என்னால் இயன்றவரை இந்தப் பணத்தைத் திருப்பிச் செலுத்துவேன்' என்று சொன்னால் அவர் உங்களுக்குக் கடன் தருவாரா? ஒருவேளை உங்களால் இயலாவிட்டால்? நீங்கள் பணத்தைத் திருப்பிச் செலுத்தாவிட்டால்? அந்த ஐயம்தான் அவருக்கு வரும்.

அதுபோல், 'இயன்றவரை உண்மை பேசுகிறேன்' என்ற வாக்குறுதியைக் கடவுள் ஏற்கமாட்டார் என்கிறார் காந்தி. எப்போதும் உண்மை பேசுகிற உறுதியான பாத்திரங்களைத்தான் கடவுள் விரும்புவார், முதல் வாய்ப்பில் பொய் பேசுகிற ஓட்டைப் பாத்திரங்களை விரும்பமாட்டார்.

நாம் எல்லாரும் கடவுளை வேண்டுவதும் வணங்குவதும் ஏன்? அவர் ஒழுக்கத்தின் திருவுருவம், நற்பண்புகள் நிறைந்த இறைவர், எந்தக் குறையும் தீமையும் இல்லாத உயர்ந்தவர், அப்படிப்பட்ட ஒருவரைத்தான் நாம் பணிந்து போற்றிப் பின்பற்ற விரும்புவோம். 'எப்போதும்' சிறந்து விளங்கும் கடவுளை விட்டுவிட்டு 'இயன்றவரை' சிறப்பாக இருக்கும் ஒருவரை நாம் பின்பற்றமாட்டோம்.

இதை விளக்கும்போது சூரியனையும் ஓர் எடுத்துக்காட்டாகச் சொல்கிறார் காந்தி: அது நாள்தோறும் சரியான நேரத்தில் உதிக்கிறது, சரியான நேரத்தில் உச்சிக்குச் செல்கிறது, சரியான நேரத்தில் மறைகிறது, அதனால்தான் உலகம் அந்தச் சூரியனை மையமாக வைத்துத் தன்னுடைய பணிகளை அமைத்துக்கொள்கிறது. ஒருவேளை சூரியன் 'என்னால் இயன்றபோதெல்லாம் நான் அதிகாலையில் உதிப்பேன்' என்று சொன்னால் யாராவது சூரியனை மதிப்பார்களா? எப்போதும் அதிகாலையில் உதிப்பதுதான் சூரியனுக்குப் பெருமை. அதுபோல், எப்போதும் நல்லவற்றைச் செய்வதுதான் நமக்குப் பெருமை. உறுதிமொழிகளின்மீது காந்திக்கு இந்த அளவு நம்பிக்கை வரக் காரணம் அவருடைய படிப்பு, சிந்தனை,

பக்திமட்டுமில்லை. காந்தியின் தாய் புத்லிபாய் மிகுந்த கடவுள் நம்பிக்கை கொண்டவர், அவருடைய வழிபாட்டின் ஒரு பகுதியாகப் பல கடினமான உறுதிமொழிகளை ஏற்றுக்கொண்டு பின்பற்றியவர்.

எடுத்துக்காட்டாக, ஒருமுறை 'நாள்தோறும் சூரியனைப் பார்த்துவிட்டுதான் சாப்பிடுவேன்' என்று உறுதியெடுத்துக் கொண்டார் புத்லிபாய். ஆனால், அப்போது மழைக்காலம். அதனால், பல நாட்கள் சூரியனைப் பார்ப்பது மிகக் கடினமாக இருந்தது.

அப்போது, புத்லிபாய் நினைத்திருந்தால், 'நான் இயன்றவரை சூரியனைப் பார்த்துவிட்டுச் சாப்பிட முயல்வேன்' என்று உறுதிமொழியை மாற்றிக்கொண்டிருக்கலாம். அல்லது, 'மழையால் சூரியன் சரியாகத் தெரியாதபோது, நான் சூரியன் இருக்கிற திசையை வணங்கிவிட்டுச் சாப்பிடுவேன்' என்று தன்னைத்தானே சமாதானப்படுத்திக்கொண்டிருக்கலாம்.

ஆனால், புத்லிபாய் அப்படியெல்லாம் செய்யவில்லை. என்னதான் மழை பெய்தாலும் சூரியனைப் பார்த்துவிட்டுதான் சாப்பிடுவது என்று உறுதியுடன் இருந்தார். ஒருவேளை, என்றைக்காவது சூரியனைப் பார்க்க இயலாவிட்டால், அன்றைக்குச் சாப்பிடாமல் பட்டினியாக இருந்தார்.

இதனால், காந்தியும் மற்ற பிள்ளைகளும் புத்லிபாய்க்காகச் சூரியனை எதிர்பார்த்துக்கொண்டு வானத்தைப் பார்த்தபடி நிற்பார்கள். எப்போதாவது சூரியன் வரும், உடனே, உள்ளே ஓடுவார்கள், 'அம்மா, சூரியன் வந்துடுச்சு, சீக்கிரமா வெளிய வந்து பாருங்க' என்று கத்துவார்கள்.

ஆனால், புத்லிபாய் வீட்டிலிருந்து வெளியில் வருவதற்குள் சூரியன் எங்காவது மேகத்தின் பின்னால் ஒளிந்துகொண்டுவிடும். குழந்தைகள் ஏமாந்துபோவார்கள்.அப்போதும், புத்லிபாய் மனம் தளரமாட்டார், 'பரவாயில்லை, நான் இன்னிக்குச் சாப்பிடக்கூடாதுன்னு கடவுள் நினைக்கறார்போல' என்று நகைச்சுவையாகச் சொல்லிவிட்டுத் தன் வேலைகளைப் பார்க்கத் திரும்பிவிடுவார்.

புத்லிபாய் சாப்பிடக்கூடாது என்று கடவுள் விரும்புவாரா என்ன? இந்த நிகழ்ச்சியின்மூலம் அவருடைய மகனுக்கு உறுதிமொழிகளைக் காப்பாற்றுவதன் முக்கியத்துவத்தை விளக்கி, அதன்மூலம் இந்த உலகுக்கு ஒரு மகாத்மாவை உருவாக்குவதுதான் கடவுளுடைய நோக்கமாக இருந்திருக்கும்!

27. யாகம் செய்வோம்

யாகம் (வேள்வி) என்ற சொல்லைக் கேட்டதும் உங்கள் மனத்தில் தோன்றும் காட்சி என்ன?

பழைய திரைப்படங்களில், படக்கதைப் புத்தகங்களில் யாகம் என்றால் புனிதத் தீயைச் சுற்றிப் பல முனிவர்கள் அமர்ந்திருப்பார்கள். அவர்கள் அந்தத் தீக்குப் பல பொருட்களை அர்ப்பணிப்பார்கள். அதைக் கண்டு கடவுள் மகிழ்வார், அவர்கள் வேண்டிய வரங்களை அருள்வார்.

காந்தி யாகம் என்ற சொல்லைத் தியாகம் என்ற பொருளில் பயன்படுத்துகிறார், 'பிறருடைய நலன் கருதி, பதிலுக்கு எதையும் எதிர்பார்க்காமல் செய்யப்படுகிற ஒரு செயல்' என்று அவர் யாகத்தை வரையறுக்கிறார். அவர் சொல்லும் செயலில் எண்ணம், பேச்சு ஆகியவையும் இடம்பெறுகின்றன.

எடுத்துக்காட்டாக, நான்கு சாலைகள் சந்திக்கிற ஓர் இடத்தில் போக்குவரத்து நெரிசல் ஏற்பட்டுவிடுகிறது. எல்லாத் திசைகளிலிருந்து வந்த வண்டிகளும் வெவ்வேறு திசைகளுக்குச் செல்ல விரும்பி முந்துகிறார்கள். ஆனால், யாருக்கும் செல்வதற்கு இடம் இல்லை. அதனால் பெரும் இரைச்சல், கூச்சல், சத்தம். அப்போது, அந்தப் பக்கமாக நடந்துவரும் ஒருவர்

சட்டென்று போக்குவரத்து நெரிசலுக்கு நடுவில் புகுகிறார், ஓட்டுநர்களுடன் பேசி அமைதிப்படுத்துகிறார், வண்டிகள் நகர்ந்து செல்வதற்கு வழி உண்டாக்குகிறார், ‘முதல்ல அவங்க போகட்டும், அதுக்கப்புறம் நீங்க போகலாம், அதுவரைக்கும் கொஞ்சம் பொறுமையாக் காத்திருங்க’ என்று சொல்லி மெதுவாக ஒழுங்கைக் கொண்டுவருகிறார்.

சில நிமிடங்களுக்குள், அங்கிருந்த போக்குவரத்து நெரிசல் காணாமல் போய்விடுகிறது. அரை மணி நேரமாகச் சண்டை போட்டுக்கொண்டு நின்ற வண்டிகள் தங்களுடைய பாதையில் மகிழ்ச்சியாகச் சென்றுவிடுகின்றன. அந்த மனிதரும் மன நிறைவோடு தன்னுடைய வீட்டை நோக்கி நடக்கிறார்.

உண்மையில் அவர் போக்குவரத்துக் காவலர் இல்லை. அவரிடம் வண்டிகூட இல்லை. அவர் நினைத்திருந்தால் நெரிசலைப்பற்றிக் கவலைப்படாமல் தன்னுடைய வேலையைப் பார்த்துக்கொண்டு சென்றிருக்கலாம். ஆனால், அவர் பிறருடைய நலனைக் கருதுகிறார், ‘இந்தக் கூட்டத்தில் இத்தனை பேர் நகரமுடியாமல் சிக்கிக்கொண்டு நிற்கிறார்களே, இதனால் இவர்களுக்கு என்னென்ன துன்பங்கள் ஏற்படுமோ’ என்று வருந்துகிறார், ‘நாம் கொஞ்சம் முயன்றால் இவர்களுடைய பிரச்சனையைத் தீர்த்துவைக்கலாம்’ என்று சிந்திக்கிறார்.

இப்படிச் செய்வதால் அவருக்கு என்ன கிடைக்கும்?

எதுவும் கிடைக்காது. அப்படி எதையும் எதிர்பார்த்துச் செய்வது யாகமும் ஆகாது. ‘வறியார்க்கு ஒன்று ஈவதே ஈகை, மற்று எல்லாம் குறியெதிர்ப்பை நீரது உடைத்து’ என்று திருவள்ளுவரும் இதைத்தான் சொல்கிறார். அதாவது, வறியவர்களுக்கு ஒரு பொருளைக் கொடுப்பதுதான் ஈகை, மற்ற அனைத்தும் (அதாவது, மற்றவர்களுக்குக் கொடுப்பது) பதிலுக்கு இது கிடைக்கும் என்று எதிர்பார்த்துக் கொடுப்பதாகும்.

யாகம் செய்கிறவர்கள் பதிலுக்குப் பிறரிடம் எதையும் எதிர்பார்ப்பதில்லை. ஏனெனில், பிறருக்கு உதவுவது என்கிற சேவை மனப்பான்மையே அங்கு முதன்மையாகிவிடுகிறது,

அதனால் என்ன கிடைக்கும் என்கிற எண்ணம்கூட அங்கு எழுவதில்லை.

எடுத்துக்காட்டாக, ஒருவர் ஒரு செடிக்குத் தண்ணீர் ஊற்றுகிறார் என்றால் அதற்கு என்ன காரணம்? அந்தச் செடி வளர்ந்து மரமாகித் தனக்குப் பூ, காய், கனிகளைத் தரும், நிழல் தரும், தென்றல் காற்றைத் தரும், தோட்ட வேலை செய்வதால் தனக்கு நல்ல உடற்பயிற்சி கிடைக்கும் என்றெல்லாம் அவர் எதிர்பார்த்துத் தண்ணீர் ஊற்றக்கூடும். ஆனால், மேகம் மழையாகப் பொழிந்து ஆயிரக்கணக்கான, லட்சக்கணக்கான செடிகளுக்குத் தண்ணீர் ஊற்றுகிறதே, அதனிடம் இதுபோன்ற எதிர்பார்ப்புகள் இருக்குமா? எந்த எதிர்பார்ப்பையும் கருதாமல் அது வள்ளல்போல் தண்ணீரைப் பொழிகிறதல்லவா? அப்படிப்பட்ட செயல்தான் உண்மையான யாகம்.

மேற்கண்ட எடுத்துக்காட்டை நாம் இன்னொரு கோணத்திலும் பார்க்கலாம். 'பிறருக்கு நன்மை' என்று சொல்லும்போது அதில் மனிதர்கள் மட்டுமில்லை, எல்லா உயிர்களும் இடம்பெறுகின்றன. அதாவது, மனிதருடைய நன்மைக்காக விலங்குகளை, பறவைகளை, மரம், செடி, கொடிகளைத் துன்புறுத்துவது யாகத்தில் சேராது என்கிறார் காந்தி. ஆனால், வேத நூல்களில் விலங்குகளைப் பலி கொடுப்பது ஏற்றுக்கொள்ளப்பட்டிருக்கிறது என்று சொல்கிறார்களே.

'வேதங்களை நான் முழுக்க அறிந்தவன் அல்லன்' என்று காந்தி ஒப்புக்கொள்கிறார். 'ஆனால், ஒருவேளை வேதச் சமூகத்தில் விலங்குகளைப் பலிகொடுப்பது ஏற்றுக்கொள்ளப்பட்டிருந்தாலும், அகிம்சையைப் பின்பற்றும் ஒருவர் அதைப் பின்பற்றமாட்டார். உண்மை, வன்முறையின்மை ஆகிய அடிப்படைத் தேர்வுகளில் அந்தப் பழக்கம் தோற்றுப்போய்விடும்.'

நாம் ஏன் யாகம் செய்யவேண்டும்? எந்த எதிர்பார்ப்பும் இல்லாமல் பிறருக்கு நன்மை செய்யவேண்டும் என்று நமக்கு என்ன கட்டாயம்? இதை விளக்குவதற்குக் காந்தி பகவத்கீதையை மேற்கோள் காண்பிக்கிறார். 'யாகம் என்பது உயிரின் உருவாக்கத்தில் தொடங்குகிறது' என்கிறார். அதாவது,

நம்முடைய இந்த உடல் அனைத்து உயிர்களுக்கும் சேவை புரிவதற்குதான் நமக்கு அளிக்கப்பட்டிருக்கிறது. அதனால், பிறருக்குச் சேவை புரியாமல் தான்மட்டும் உண்பவன் திருடப்பட்ட உணவை உண்பவனாகிறான்.

நாம் அனைவரும் பிறக்கும்போதே கடவுளுக்கு, இந்த உலகுக்கு நிரந்தரமாகக் கடன்பட்டவர்கள் என்கிறார் காந்தி. இன்னொருவரிடம் கடன்வாங்கியிருக்கும் ஒருவருடைய சம்பளம் அவருக்குச் சொந்தமில்லை, அதைக் கொண்டு அவர் அந்தக் கடனை மெதுவாக அடைக்கத்தான் வேண்டும். அதுபோல, நாம் என்றென்றும் இந்த உலகுக்கு, அதாவது, பிற உயிர்களுக்குச் சேவைபுரியவேண்டும். அந்தச் சேவையை முகம் சுளித்துக்கொண்டு விருப்பமில்லாமல் செய்வதைவிட, இது என் கடமை என்று உணர்ந்து மகிழ்ச்சியுடன் செய்வது நல்லது.

உண்மையில் நாம் எல்லாரும் சேவை செய்கிறவர்கள்தான், யாகம் செய்கிறவர்கள்தான். பள்ளியில் மாணவர் ஒருவர் தன்னுடைய பேனாவைக் கொண்டுவர மறந்துவிட்டார் என்றால் சட்டென்று ஏழெட்டுப் பேர் அவருக்குத் தங்கள் பேனாவை நீட்டுகிறார்கள், பசியோடு இருக்கிற யாரையாவது பார்த்தால் நம்மிடம் இருக்கும் உணவை அவருடன் பகிர்ந்துகொள்கிறோம், நம்முடன் படிக்கும் யாருக்காவது ஏதாவது ஒரு பாடம் புரியவில்லை என்றால் அக்கறையுடன் அமர்ந்து சொல்லித்தருகிறோம், இப்படித் தெரிந்தோ தெரியாமலோ சேவை செய்துகொண்டிருக்கிற நாம் அதை ஒரு பழக்கமாக மாற்றிக்கொண்டால், அதாவது, வலியச் சென்று சேவை செய்யத் தொடங்கினால், சேவை செய்யவேண்டும் என்கிற ஆசை படிப்படியாக வளரும். அதனால் நம்முடைய சொந்த மகிழ்ச்சியும் பெருகும், ஒட்டுமொத்த உலகமும் மகிழும் என்கிறார் காந்தி.

28. சேவை தரும் மகிழ்ச்சி

எங்களுடைய குடும்ப மருத்துவர் தொண்டு மனப்பான்மை கொண்டவர். ஒவ்வொரு வாரமும் நான்கு மணிநேரம் புறநகர்ப் பகுதிகளில் உள்ள ஏழைக் குடியிருப்புகளுக்குச் சென்று அங்குள்ள நலிந்த மக்களுக்கு இலவசமாக மருத்துவம் பார்ப்பார், அவர்களுக்குத் தேவையான மருந்துகளை இலவசமாக அளிப்பார், யாருக்காவது கூடுதல் பரிசோதனைகள், அறுவைச் சிகிச்சைகள் போன்றவை தேவைப்பட்டால் அதற்கும் ஆவன செய்வார்

இந்த இலவச மருத்துவ முகாம்களில் எங்களுடைய மருத்துவரைக் கூர்ந்து கவனித்தால், அவருடைய முகத்தில் தீவிரம் தெரியும், அக்கறை தெரியும், யாரையும் அவசரப்படுத்தமாட்டார், பொறுமை இழக்கமாட்டார், சலித்துக்கொள்ளமாட்டார், ஆயிரம் ரூபாய் கட்டணம் செலுத்தி மருத்துவம் பார்க்கிற ஒரு நோயாளியை எப்படிக் கவனிக்கிறாரோ, அப்படித்தான் இந்த ஏழை நோயாளிகளையும் கவனிப்பார். 'இலவசச் சிகிச்சைதானே' என்று அலட்சியமாக நடந்துகொள்ளமாட்டார்.

காந்தியடிகள் இந்த மருத்துவரைக் கண்டால் மிகவும் மகிழ்வார். ஏனெனில், 'சேவையில் அலட்சியம் காட்டக்கூடாது, அதை இரண்டாம்பட்சமாகச் செய்யக்கூடாது' என்பது அவருடைய

கொள்கை. அதாவது, தன்னுடைய வழக்கமான வேலைகளைக் கவனத்துடன் அக்கறையுடன் செய்துவிட்டுச் சேவையைமட்டும் என் விருப்பப்படி, எனக்கு வேண்டிய நேரத்தில்தான் செய்வேன் என்று சொல்வது தவறு என்கிறார் அவர், சேவையில் நாம் நம்முடைய முழுத் திறனையும் காண்பிக்கவேண்டும் என்று கற்றுத்தருகிறார்.

சிலர் தங்களுடைய வீட்டில் மிஞ்சிப்போன உணவை ஏழைகளுக்கு வழங்குவார்கள். ஆனால், அந்த உணவு சாப்பிடக்கூடியவகையில் இருக்கவேண்டும், கெட்டுப்போன உணவை வழங்குவது சேவை ஆகுமா?

சிலர் பழைய உடைகளை வறியவர்களுக்கு வழங்குவார்கள். அந்த உடைகளைத் துவைத்து, மடித்து அழகாகக் கொடுத்தால் அவர்கள் மகிழ்ச்சியோடு வாங்கிக்கொள்வார்களல்லவா?

சிலர் ஓய்வு நேரத்தில் ஏழை மாணவர்களுக்குப் பாடம் நடத்துவார்கள். அப்படிப் பாடம் நடத்தும்போது அவர்களை அவமதிப்பதுபோல் பேசாமல் உங்களுக்குக் கற்றுத்தரும் வாய்ப்பு எனக்கு அமைந்துள்ளது என்கிற நன்றியுணர்ச்சியுடன் நடந்துகொண்டால் அது அந்த மாணவர்களுக்குமட்டுமின்றி ஆசிரியர்களுக்கும் நன்மையைத் தருமல்லவா?

ரமேஷ் என்பவர் சுரேஷ் என்பவரிடம் ஆயிரம் ரூபாய் கடன் வாங்குகிறார். ஒரு வாரம் கழித்து, ரமேஷ் சுரேஷுக்கு அந்த ஆயிரம் ரூபாயைத் திருப்பிக் கொடுக்கிறார். அதனால் சுரேஷுக்கு ஆயிரம் ரூபாய் கிடைக்கிறது என்பது உண்மைதான். அதே நேரத்தில் ரமேஷுடைய கடன் சுமை தீர்கிறது, மன நிறைவு உண்டாகிறது. அதுபோல, நாம் ஒருவருக்குச் சேவை செய்யும்போது அதனால் அவர் பெறுகிற நன்மையைவிட, நாம் பெறுகிற நன்மைதான் மிகுதி. அதனால், நாம் அனைவரும் பிறருக்குச் சேவை செய்யும் விருப்பத்துடன் இருக்கவேண்டும் என்கிறார் காந்தி. ‘நம்மிடம் உள்ளவற்றைப் பிறருக்குக் கொடுப்பது நம்மைத் துறவு நிலைக்கு அழைத்துச் செல்லும். அதுதான் நம்மை விலங்குகளிடமிருந்து வேறுபடுத்துகிறது.’

துறவு நிலை என்றால், எல்லாவற்றையும் விட்டுவிட்டுக் காட்டில் சென்று அமர்ந்து தவம் செய்வது இல்லை. நாம் நம்முடைய வேலைகளை வழக்கம்போல் செய்தபடி துறவு மனப்பான்மையுடன் இருக்கலாம்.

எடுத்துக்காட்டாக, பெரிய வணிகர் ஒருவர் கோடிக்கணக்கான ரூபாய்க்குத் தொழில் செய்கிறார். அதே நேரம், அவர் சேவை மனப்பான்மையுடன் பிறருக்கு உதவுகிறார். அதனால், அவர் யாரையும் ஏமாற்றிப் பணம் சம்பாதிப்பதில்லை, எளிமையான வாழ்க்கை வாழ்கிறார், யாருக்கும் துன்பம் கொடுப்பதில்லை, ஒருவரிடமிருந்து பிடுங்கும் பணம் தனக்கு வேண்டாம் என்ற எண்ணத்துடன் வாழ்கிறார். அப்படிப்பட்டவர் வழக்கமான உலக வாழ்க்கையில் இருந்தபடி துறவு மனப்பான்மையைப் பின்பற்றுகிறார் என்றுதான் பொருள்.

இதைக் கேட்டால் சிலர் சிரிப்பார்கள், ‘இந்தமாதிரி ஆட்களெல்லாம் காந்தியின் கற்பனையில்தான் தோன்றுவார்கள், உண்மையில் கிடைக்கமாட்டார்கள்’ என்பார்கள்.

ஆனால், காந்தி இதை மறுக்கிறார். ‘இப்படிப்பட்ட வணிகர்கள் என்னுடைய கற்பனை இல்லை, அவர்கள் எல்லா இடங்களிலும் இருக்கிறார்கள்’ என்கிறார். ‘அவர்களுடைய எண்ணிக்கை குறைவுதான். ஆனால் ஒரே ஒரு வணிகர் இந்த இலக்கணத்தின்படி வாழுகிறார் என்றாலும் போதும், இது கற்பனைக் கதை இல்லை, பிறர் அவரைப் பின்பற்றலாம்.’

உண்மையில், நாம் அனைவரும் இதுபோல் வாழும் மனிதர்களைப் பார்த்துள்ளோம், அல்லது, கேள்விப்பட்டுள்ளோம். இவர்களில் யாரும் உலகத்தை விட்டுவிட்டுச் சென்ற துறவிகள் இல்லை, வழக்கமான வாழ்க்கையை வாழ்கிறவர்கள்தான். ஆனால், இவர்களுடைய நோக்கம் வேலை செய்வதோ, சம்பாதிப்பதோ, பணம் சேர்ப்பதோ இல்லை, பிறருக்கு நன்மை செய்வதுதான்.

சேவை செய்கிறவர்கள் அதை ஒரு சுமையாக நினைக்கக்கூடாது, எரிச்சலடையக்கூடாது. மாறாக, சேவையில் மகிழ்ச்சி காணவேண்டும்.

நன்றாகச் சாப்பிட்டால் மகிழ்ச்சி வரும், புதிய உடைகளை உடுத்தினால் மகிழ்ச்சி வரும், திரைப்படத்தைப் பார்த்தால் மகிழ்ச்சி வரும், சேவை செய்தால் எப்படி மகிழ்ச்சி வரும்?

'மகிழ்ச்சி என்பது தனித்து இருப்பதில்லை. வாழ்க்கையை நாம் எப்படிப் பார்க்கிறோம் என்பதைப் பொறுத்துதான் மகிழ்ச்சி உண்டாகிறது' என்கிறார் காந்தி. ஒருவர் நாடகக் காட்சியைப் பார்த்து மகிழ்கிறார், இன்னொருவர் வானத்தில் இயற்கைக் காட்சியைப் பார்த்து மகிழ்கிறார். இப்படி மகிழ்ச்சிக்கான காரணம் ஒவ்வொருவரிடமும் வேறுபடுகிறது. சேவை மனப்பான்மை கொண்டவர்களுக்கு அதுதான் மகிழ்ச்சி.

தியாகம், சேவை போன்றவற்றைப்பற்றிய காந்தியின் கருத்துகளைக் கேட்டால் நமக்கு மலைப்பு உண்டாகலாம். ஏனெனில், இவை நம்மைப்போன்ற சாதாரண மக்கள் பின்பற்றக்கூடிய அளவு எளிமையான விதிமுறைகள் இல்லை. காந்தியைப்போல், அவருடைய தொண்டர்களைப்போல் உயர்ந்த மனிதர்கள்தான் இவற்றையெல்லாம் செய்ய இயலும் என்று நமக்குத் திகைப்பு ஏற்படுவது இயல்புதான்.

ஆனால், தென்னாப்பிரிக்காவில் மிகச் சிறந்த வழக்கறிஞராகத் தொழில் நடத்திச் சம்பாதித்துக்கொண்டிருந்த காந்தி அதை விட்டுவிட்டுச் சமூகப்பணியாற்ற வந்ததுபோல் நாம் மிகப் பெரிய தியாகங்களைத்தான் செய்யவேண்டும் என்று எந்தக் கட்டாயமும் இல்லை. நம்மளவில் சிறிய தியாகங்களைக்கூடச் செய்யத் தொடங்கலாம், அங்கிருந்து படிப்படியாக முன்னேறி நம்மால் இயன்ற உயர்நிலையை எட்டலாம்.

எடுத்துக்காட்டாக, மாணவர் ஒருவர் தன்னுடைய பழைய பாடப் புத்தகங்களைத் தூக்கி எறிகிறார், அல்லது எடைக்குப் போட்டுச் சில ரூபாய்கள் சம்பாதிக்கிறார் என்றால், அதற்குப்பதில் அவர் அந்தப் புத்தகங்களை ஒரு புத்தக வங்கிக்கு அல்லது தனக்குத் தெரிந்த ஏழை மாணவர் ஒருவருக்கு நன்கொடையாக அளிக்கலாம், 'உனக்கு இதுல எதாவது புரியலைன்னா சொல்லு, நான் கத்துத்தர்றேன்' என்று தன்னுடைய நேரத்தையும் நன்கொடையாக வழங்கலாம்,

அவ்வாறு ஐயம் கேட்டு வருகிற மாணவரிடம் தன்மையுடன் பேசி அவரை ஊக்கப்படுத்தலாம், அவருக்கு ஒரு காஃபியோ தேநீரோ கொடுத்து மகிழ்ச்சியாகப் பேசலாம். இதையெல்லாம் செய்யும்போது நமக்குள் ஒருவிதமான மகிழ்ச்சியும் மனநிறைவும் ஏற்படும். இந்தச் சிறிய தியாகத்துக்கே இத்தனை பலன் என்றால், இன்னும் நம்மால் இயன்ற கூடுதல் சேவைகளைச் செய்தால் என்னென்ன கிடைக்கும் என்று ஒரு கணம் யோசித்தால் போதும், நாம் சரியான பாதையில் நடக்கத் தொடங்கிவிடுவோம்.

29. உள்ளூர்த் தொழில்களுக்கு உதவுவோம்

அடுத்தமுறை ஒரு கடைக்குச் செல்லும்போது, அங்குள்ள பொருட்களைச் சிறிது கூர்ந்து கவனியுங்கள். குறிப்பாக, அவற்றில் *"Made In ____"* என்ற சொற்றொடர் இருக்கிறதா என்று பாருங்கள். நாம் அன்றாடம் பயன்படுத்தும் பொருட்களில் இந்தியாவில் தயாரிக்கப்பட்டவை எத்தனை, வெளிநாடுகளில் தயாரிக்கப்பட்டவை எத்தனை என்று புரியத் தொடங்கும்.

"Made In India" என்ற சொற்றொடர் உள்ள பொருட்கள்கூட முழுமையாக இந்தியத் தயாரிப்புகள்தான் என்றில்லை. அவற்றைத் தயாரித்து விற்கும் நிறுவனத்தில் வெளிநாட்டு முதலீடு இருந்தால், அதுவும் ஒருவிதத்தில் வெளிநாட்டுத் தயாரிப்பாகிவிடுகிறது.

ஆனால், பொருட்கள் எங்கு தயாரிக்கப்பட்டால் என்ன? அவை தரமாக உள்ளனவா, சரியான விலையில் கிடைக்கின்றனவா என்பதுதானே முக்கியம்?

உங்கள் வீட்டுக்கருகில் ஒரு சிறு உணவுக் கடை. அதை நடத்துபவர் உங்களுக்குத் தெரிந்த பெண்மணிதான். அவர்

நாள்தோறும் சுவையான உணவுப் பண்டங்களைத் தயாரித்து விற்கிறார்.

தீபாவளி வருகிறது. அவர் தன்னுடைய கடையில் ஒரு பலகையை மாட்டுகிறார், 'இங்கு பண்டிகைப் பலகாரங்கள் கிடைக்கும்.'

நீங்கள் வழக்கமாகப் பக்கத்து நகரத்தில் உள்ள ஒரு பெரிய கடையில்தான் பண்டிகைப் பலகாரங்களை வாங்குவீர்கள். ஆனால், இந்தமுறை, அவருடைய அறிவிப்பைப் பார்த்ததும் ஒரு குறுகுறுப்பு, 'இவரிடம் வாங்கிப்பார்த்தால் என்ன?' என்று யோசிக்கிறீர்கள், வாங்குகிறீர்கள்.

அந்தப் பலகாரங்கள் நீங்கள் வழக்கமாக வாங்கும் பலகாரங்களைவிடச் சுவையாகவும் தரமாகவும் விலை குறைவாகவும் இருந்தால், அதன்பிறகு எப்போதும் நீங்கள் இவரிடம்தான் பலகாரம் வாங்குவீர்கள். அதில் ஐயமில்லை. ஆனால், ஒருவேளை, சுவையோ தரமோ சற்றுக் குறைவாக இருந்தால்? விலை சற்றுக் கூடுதலாக இருந்தால்? அப்போது நீங்கள் என்ன செய்வீர்கள்?

சிலர் சட்டென்று மீண்டும் நகரத்துக் கடைக்குச் சென்று விடுவார்கள். அது சரியான தீர்மானமாகவும் இருக்கலாம். ஆனால், அதுமட்டும்தான் சரியான தீர்மானம் என்று பொருள் இல்லை. எடுத்துக்காட்டாக, அவருடைய பலகாரங்களில் என்ன பிரச்சனை என்பதை நீங்கள் அவரிடம் சொல்லி உதவலாம், 'இதைச் சரிசெஞ்சா இன்னும் நிறையப் பேர் உங்ககிட்ட வாங்குவாங்க' என்று ஊக்குவிக்கலாம், அவருக்கு இன்னொரு வாய்ப்புக் கொடுத்துப் பார்க்கலாம்.

ஒருவேளை, விலைதான் பிரச்சனை என்றால்கூட, அதுபற்றி நீங்கள் அவரிடம் பேசலாம். அல்லது, 'நம்ம ஊர்க்காரர் சொந்தமாத் தொழில் நடத்தறார், அவருக்கு உதவுவோம், பத்து ரூபாய் கூடப்போனா என்ன?' என்றும் நினைக்கலாம்... இதையெல்லாம் நாம் ஏன் செய்கிறோம் என்பதைச் சற்று யோசியுங்கள்.

நகரத்துக் கடையில் நமக்குச் சுவையான, தரமான, விலை குறைவான பலகாரங்கள் கிடைக்கின்றன. ஆனால், அந்த ஒரு விஷயத்தைத்தவிர வேறெந்த விதத்திலும் நமக்கு அந்தக் கடையுடன், அதை நடத்துபவருடன் ஒட்டுதல் இல்லை. அது வெறும் தொழில் பரிமாற்றம் *(Business Transaction)*, காசுக்குப் பொருள், அவ்வளவுதான்.

ஆனால், நம் தெருவில் இருக்கும் கடை அப்படியில்லை. அதை நடத்துபவரை நாம் அறிந்திருக்கிறோம், அவர் கஷ்டப்பட்டுப் போராடி முன்னுக்கு வருகிறவர், உழைக்கத் தயாராக இருக்கிறவர், நேர்மையானவர்... இப்படிப் பல விஷயங்களை நேரில் பார்த்திருக்கிறோம், உணர்ந்திருக்கிறோம். அதனால், நமக்குத் தேவையான பொருட்களை அவரிடம் வாங்குவதன்மூலம் நாம் அவருடைய கூடுதல் வளர்ச்சிக்கு வாய்ப்புத் தர விரும்புகிறோம், அதற்குச் சில ரூபாய்களைக் கூடுதலாகச் செலவிடக்கூடத் தயாராக இருக்கிறோம்.

இங்கு நம் தெரு என்பதை நம் ஊர், நம் மாவட்டம், நம் மாநிலம், நம் நாடு என்று பல தளங்களில் விரிவுபடுத்திச்செல்லலாம். இவை அனைத்துக்கும் அடிப்படை, 'நம் அருகில் உள்ளவர்கள் முன்னேறுவதற்கான ஒரு வாய்ப்பை நாம் கொடுக்கவேண்டும், அதற்கு நம் மக்கள் தயாரித்தவற்றை வாங்கவேண்டும். அது நம் கடமை.'

இதன் பொருள், தரக்குறைவான பொருட்களை வாங்கவேண்டும் என்பதில்லை. நாம் கொடுக்கும் பணத்துக்குச் சரியான பொருட்கள் கிடைக்காவிட்டால் வாடிக்கையாளர் என்றமுறையில் குரல் கொடுக்கலாம், உரிமையைக் கோரிப் பெறலாம், ஆனால், அதைச் சற்றுப் பொறுமையுடன் செய்யவேண்டும். நகரத்துக் கடைக்காரர் பல ஆண்டு அனுபவம், பெரிய முதலீடு, சிறந்த இயந்திரங்கள், பெரும் எண்ணிக்கையிலான பணியாளர்கள், பல இடங்களிலிருந்து வரவழைக்கப்பட்ட விதவிதமான மூலப்பொருட்களைப் பயன்படுத்தித் தயாரிக்கும் பொருளும் உள்ளூரில் இருப்பவர்கள் கற்றுக்கொண்டு படிப்படியாக முன்னேறுகிறபோது

தயாரிப்பவையும் ஒன்றாக இருக்காது. எனினும், நம் ஆதரவு அவர்களுடைய முன்னேற்றத்தை விரைவாக்கும்.

ஒருவேளை, அப்போதும் அவர்கள் முன்னேறாவிட்டால்?

பிரச்சனையில்லை, ஓர் ஊரில் ஒரு கடைதான் உருவாகுமா என்ன? இன்னோர் உள்ளூர்க்காரருக்கு வாய்ப்புக் கொடுக்கலாம். இதை ஒவ்வொருவரும் செய்தால் இன்னும் பலப்பல உள்ளூர்த் தொழில்கள் உருவாகும், மேம்படும்.

காந்தியடிகள் இந்தப் பண்பைச் 'சுதேசி' என்று அழைத்தார். அதாவது, உள்ளூர், உள்நாட்டுப் பொருட்களுக்கு வாய்ப்புக் கொடுப்பது, அதன்மூலம் நம்முடைய பகுதியின் பொருளாதார முன்னேற்றத்துக்கு உதவுவது.

இதற்குச் சிறந்த எடுத்துக்காட்டு, அன்றைய இந்தியர்களின் ஆடை வாங்கும் பழக்கம். அப்போது நம் நாட்டுக்கு ஏராளமான வெளிநாட்டுத் துணிகள் இறக்குமதியாகிக்கொண்டிருந்தன, மக்களும் அவற்றை விரும்பி வாங்கி உடுத்தினார்கள்.

இந்நிலையில், காந்தியடிகள் உள்நாட்டில், சொல்லப்போனால், உள்ளூரில் நூல் நூற்று, நெய்து, தைக்கப்பட்ட ஆடைகளை எல்லாரும் வாங்கவேண்டும் என்று வலியுறுத்தினார். அவரும் அவரைப் பின்பற்றிய தலைவர்கள் பலரும் ஆயிரக்கணக்கான தொண்டர்களும் கதர்/காதி எனப்படும் இந்திய ஆடைகளை உடுத்தத் தொடங்கினார்கள், மற்றவர்களிடமும் இதைப்பற்றிப் பேசிப் புரியவைத்தார்கள். இதனால், கதர் விற்பனை பெருகியது, அதன்மூலம் கிடைத்த பணம் ஏராளமான ஏழைக் குடும்பங்களுக்குச் சென்றது, அவர்களுக்கு உதவியது.

ஆடைகளைப்போல் உணவுப் பொருட்கள், கட்டுமானப் பொருட்கள், தூய்மைப் பொருட்கள், சேவைகள் என அனைத்தையும் இயன்றவரை உள்ளூரிலிருந்து (நம்மைச் சுற்றியுள்ள இடங்களிலிருந்து) பெறுவது அந்தந்தப் பகுதியின் பொருளாதார முன்னேற்றத்துக்கு உதவும். இதை ஒவ்வோர் ஊரும் செய்யத் தொடங்கினால் யாருடைய தொழிலும் பாதிக்கப்படாது.

சுதேசிக் கொள்கையை நாம் ஒவ்வொருவரும் சிறிய அளவில் தொடங்கி முழுமையான அளவுக்குப் படிப்படியாக விரிவுபடுத்தலாம். எடுத்துக்காட்டாக, நம்மைச் சுற்றியுள்ள உள்ளூர்த் தொழில்களை உற்றுக் கவனித்துப் புரிந்துகொள்வதுகூட ஒரு நல்ல தொடக்கம்தான். இதன்மூலம் உள்ளூரில் என்னென்ன கிடைக்கிறது என்கிற புரிந்துகொள்ளலை நாம் பெறுகிறோம், அடுத்தமுறை எதையாவது பெறவேண்டியிருக்கும்போது அதை உள்ளூரிலிருந்து வாங்க வழியுண்டா என்று சிந்திக்கிறோம். இந்த எண்ணம் எல்லாரிடமும் வரும்போது, அந்த உள்ளூர்த் தொழில்களும் நம்பிக்கையோடு இன்னும் பெரிய நிலைகளை நோக்கி வளரும்.

காந்தியடிகளின் சுதேசிக் கொள்கை பொருள் வாங்குவதுடன் நின்றுவிடுவதில்லை, சேவைபுரிவதிலும் சுதேசிக் கொள்கையைப் பின்பற்றவேண்டும் என்கிறார் அவர்.

30. வீட்டுச் சேவை நாட்டுச் சேவையாகும்

ஒருவர் கணக்கில் பெரிய மேதை. சிக்கலான கணக்குகளைக்கூட எளிமையாக விளக்கிப் புரியவைக்கக்கூடியவர். ‘எனக்கு எதுவும் புரியலை’ என்று விழிக்கிற மாணவர்களும் அவர் பாடம் நடத்தும் விதத்தில் எல்லாவற்றையும் கற்றுக்கொண்டு நூற்றுக்கு நூறு மதிப்பெண் வாங்கத் தொடங்கிவிடுவார்கள்.

அப்படிப்பட்ட மேதையின் மகனுக்குக் கணக்கு சரியாக வரவில்லை. அவன் ஒருநாள் தன்னுடைய தந்தையிடம் கேட்டான், ‘அப்பா, எனக்கு இந்தக் கணக்கு சரியாப் புரியமாட்டேங்குது. தயவுசெஞ்சு கொஞ்சம் சொல்லிக்கொடுங்க.’

‘ம்ஹூம், அதுக்கெல்லாம் எனக்கு நேரமில்லை’ என்றார் அந்தத் தந்தை, ‘பக்கத்துத் தெருவுல பல மாணவர்கள் காத்திருக்காங்க, நான் போய் அவங்களுக்குக் கணக்குப் பாடம் நடத்தணும்’ என்று சட்டையைப் போட்டுக்கொண்டு கிளம்பிவிட்டார்.

இது ஒரு கற்பனைக் கதைதான். ஆனால், கணிதத்தில் சிறந்து விளங்கும் அந்த மேதை தன்னுடைய சொந்த வீட்டில் ஒருவர் அதற்கான தேவையுடன் இருக்கும்போது அதைப் பொருட்படுத்தாமல் வெளியில் சென்று சேவை புரிவது சரியா?

சேவை செய்யும் எண்ணத்துடன் இருக்கிற ஒருவர் தனக்கு அருகிலிருக்கிறவர்களை முதலில் கவனிக்கவேண்டும் என்கிறார் காந்தி. ஆங்கிலத்தில் இதை *'Charity begins at home'* என்பார்கள். அதாவது, தொண்டு நம் இல்லத்தில் தொடங்கவேண்டும்.

இங்கு இல்லம் என்பதை நான்கு சுவர்களுக்கு நடுவிலுள்ள ஓர் இடமாகக் கருதவேண்டியதில்லை. அது நமக்கு அருகிலுள்ள, நம்மைச் சுற்றியுள்ள அனைத்தையும் குறிக்கிறது. பக்கத்துத் தெருவில் தூய்மைப் பணி செய்யப் புறப்படுகிற ஒருவர் தன்னுடைய தெருவில் சிந்திக்கிடக்கும் குப்பையைப் பொருட்படுத்தாமல் இருக்கலாமா? மரக்கன்றுகளை நடுவதன்மூலம் பசுமையைப் பரப்ப விரும்புகிற ஒருவர் முதல் மரக்கன்றைத் தன்னுடைய ஊரில் அல்லவா நடுவார்?

ஆனால், இப்படி எல்லாரும் தங்கள் வீடு, தங்கள் தெரு, தங்கள் ஊர் என்று நினைக்கத் தொடங்கிவிட்டால் அது சுயநலம் ஆகிவிடாதா?

சேவையில் சுதேசிக் கொள்கையைப் பின்பற்றுவது ஒருபோதும் சுயநலம் ஆகாது என்று விளக்குகிறார் காந்தி. சொல்லப் போனால், நம் சுற்றுப்புறங்களை விட்டுவிட்டு வேறு எங்கோ சென்று சேவை செய்வதுதான் தவறு. அதுவும் ஒரு தவறு அல்ல, இரண்டு தவறுகள்.

முதல் தவறு, நமக்கு அருகில் உள்ளவர்களுக்குச் சேவை செய்யவேண்டிய நம்முடைய கடமையிலிருந்து நாம் விலகுகிறோம். அவர்கள் தேவையுடன் ஏங்கிக்கொண்டிருக்கும்போது அவர்கள் மிகவும் நம்பிக்கொண்டிருந்த நாம் அங்கு இல்லாமல் வேறோர் இடத்துக்குச் செல்வது அவர்களுக்கு எப்படிப்பட்ட துன்பத்தைத் தரும்! இரண்டாவது தவறு, நாம் இப்படி நம்மை நம்பியிருக்கிறவர்களுக்கு உதவாமல் சென்றுசேர்கிற இடத்திற்கு நாம் புதியவர்கள். அந்தச் சூழலுக்கும் நமக்கும் எந்தத் தொடர்பும் இருக்காது. அங்குள்ளவர்கள் சுதேசிக் கொள்கையைப் பின்பற்றித் தங்களுடைய சொந்த மக்களுக்குச் சேவை புரியவிடாமல் நாம் தடுக்கிறோம், குழப்பத்தை உண்டாக்குகிறோம்.

இதனால், ஒவ்வொருவரும் அவரவருடைய சுற்றுப்புறங்களில் என்ன தேவைகள் உள்ளன என்பதைப் பார்த்து அவற்றைச் சரிசெய்து உதவினால், அந்தந்தப் பகுதிகளை அந்தந்தப் பகுதிகளில் உள்ளோர் சிறப்பாகக் கவனித்துக்கொள்வார்கள். இதன்மூலம் அனைவருடைய தேவைகளும் சரியாக நிறைவேற்றப்படும்.

இந்தக் கொள்கையை நாம் காந்தியின் வாழ்க்கைக்குக்கூடப் பொருத்திப் பார்க்கலாம். அவர் பிறந்து, வளர்ந்தது இந்தியாவில், வழக்கறிஞரானது இங்கிலாந்தில், வேலை செய்தது தென்னாப்பிரிக்காவில். அங்குதான் அவர் மக்களுடைய பிரச்சனைகளைக் கூர்ந்து கவனிக்கத் தொடங்கினார், அவர்களுக்குச் சேவை புரியப் பழகினார், அதன்மூலம் சிறந்த தலைவராக உருவெடுத்தார்.

ஆனால், அங்கு தென்னாப்பிரிக்காவில் இவையெல்லாம் நடந்துகொண்டிருந்த நேரத்தில், காந்தி பிறந்த இந்தியா ஆங்கிலேயர்களிடம் அடிமைப்பட்டிருந்தது, நம்முடைய சமூகமும் பலவிதங்களில் பின்தங்கியிருந்தது, காந்தியின் தேவை அவருடைய சொந்த நாட்டுக்கு மிகவும் தேவைப்பட்டது. அதனால் அவர் இந்தியாவுக்குத் திரும்பிவந்தார், நம் விடுதலைப் போராட்டத்தை வழிநடத்தினார்.

குறிப்பாக, காந்தி இந்தியா வந்தபோது கோபாலகிருஷ்ண கோகலே அவர்களிடம் தெரிவித்த ஒரு செய்தி மிக முக்கியமானது, ‘நான் குஜராத்தி என்பதால், குஜராத்துக்குச் சேவை செய்து, அதன்மூலம் நாட்டுக்குச் சேவை செய்ய எண்ணினேன்.’

இன்றைக்கு நாம் காந்தியைக் குஜராத் குடிமகனாகமட்டும் கருதுவதில்லை, அவரை இந்தியத் தலைவராக, உலகத் தலைவராகக் கருதுகிறோம். ஆனால் அவர், தன்னுடைய சொந்தப் பகுதிக்குச் சேவை புரிவதன்மூலம்தான் மனிதகுலம் முழுமைக்கும் சேவை புரிய விரும்பினார், அதைத்தான் அனைவருக்கும் கற்றுத்தந்தார்.

அப்படியானால், ஒருவர் சுதேசிக் கொள்கையின்படி தன்னைச் சுற்றியுள்ளவர்களை முன்னேற்றுவதற்குப் பிறருக்குத் தீமை செய்யலாமா? நம்முடைய வீட்டைத் தூய்மையாக வைத்துக்கொள்வதற்குக் குப்பையைக் கூட்டிப் பெருக்கிப் பக்கத்து வீட்டில் தள்ளிவிடலாமா?

நாம் அப்படிச் செய்தால் பக்கத்து வீட்டுக்காரர் அதே சுதேசிக் கொள்கையைப் பின்பற்றி என்ன செய்வார்? அவருடைய குப்பையையும் சேர்த்து நம் வீட்டில் தள்ளுவார். அதன்பிறகு ஊர் எப்படித் தூய்மையாகும்?

'ஒவ்வொருவரும் தங்களைச் சுற்றியுள்ள சமூகத்தை நேர்மையான வழியில் முன்னேற்றவேண்டும். அப்படிச் செய்யும்போது அவர்கள் பிரபஞ்ச ஒழுக்க விதிமுறைகளைப் பின்பற்றியவர்களாகிறார்கள்' என்கிறார் காந்தி. 'சுதேசிக் கொள்கையைப் பின்பற்றுகிற ஒருவர் எப்போதும் யாருக்கும் எந்தத் தீங்கும் செய்யமாட்டார்.'

அதாவது, 'என் சமூகம் நன்றாக இருக்கவேண்டும், அதற்கு நான் சேவை செய்வேன், அவர்களுக்கு உதவுவேன்' என்பதுதான் சுதேசிக் கொள்கை, 'என் சமூகம் நன்றாக இருப்பதற்கு மற்றவர்கள் என்ன துன்பப்பட்டாலும் பரவாயில்லை' என்பது அல்ல.

சுதேசிக் கொள்கை வெறுப்பை, சுயநலத்தைப் பரப்புவது இல்லை. மாறாக, தன்னலமற்ற, மிகத் தூய்மையான அன்பை, அகிம்சையை வெளிப்படுத்துவது. அதனால்தான் 'வெளிநாட்டுத் துணிகள் எங்களுக்கு வேண்டாம், எங்கள் துணிகளை நாங்கள் நெய்துகொள்கிறோம், எங்கள் நூலை நாங்கள் நூற்றுக்கொள்கிறோம்' என்று சொல்லும்போதுகூட, காந்தியின் எண்ணத்தில், சொற்களில், செயலில் துளியும் வெறுப்பு இல்லை.

காந்தியின் கொள்கைகள் அனைத்தும் அன்பை அடிப்படையாகக் கொண்டவை, எல்லாரையும் நேசிக்கவேண்டும், தன்னைப்போல் பிறரை எண்ணவேண்டும் என்கிற உணர்வை மனத்தில்

விதைப்பவை. சேவைதான் வாழ்வின் பொருள் என்று எண்ணிய மனிதர் அவர், தன் தொண்டர்கள் அனைவருக்குள்ளும் அந்த எண்ணத்தை விதைத்தார்.

இன்றைய பரபரப்பு உலகத்தில் காந்தியின் கொள்கைகள் செல்லுபடியாகாதவை என்று கருதப்படலாம். ஏனெனில், நாம் வெற்றியாக நினைக்கும் இலக்குகள் மாறிவிட்டன. அவற்றை அடைவதற்கு இதுபோன்ற கொள்கைகள் பயன்படாது எனப் பலரும் கருதுகிறார்கள்.

எனினும், எந்தக் காலத்திலும் மனித உணர்வுகள் ஒன்றுதான். காந்தியின் கொள்கைகள் அந்த அடிப்படை உணர்வுகளை, உலகப் பொது நீதியை மையமாகக் கொண்டவை, அனைவருக்கும் நன்மை என்கிற இலக்கை நோக்கி நகரச்சொல்கிறவை. அனைவரும் தங்களுடைய வாழ்க்கையின் ஏதோ ஒரு நிலையில் இந்தப் பொது உண்மையை உணர்வார்கள், காந்தி சொன்னது உண்மைதான், அவருடைய வழிதான் நாம் நடக்கவேண்டியது என்பதைப் புரிந்துகொள்வார்கள். அது நமக்கு எவ்வளவு விரைவில் நடக்கிறதோ, அவ்வளவு நல்லது.

காந்தியின் வழியை நாம் கண்மூடித்தனமாகப் பின்பற்றவேண்டியதில்லை. அவரைக் கேள்வி கேட்கலாம், எதிர்த்து வாதிடலாம், அதன்பிறகு சரியாகத் தோன்றுகிறவற்றைப் பின்பற்றலாம். இவை அனைத்துக்கும் தேவையான குறிப்புகளை அவர் எழுதிவைத்திருக்கிறார், தன்னுடைய திறந்த மனத்தால், அன்பு நெறிகளால் தொடர்ந்து நம்மை வழிநடத்திக்கொண்டிருக்கிறார்.

தெளிவான எழுத்தும் ஆழமான ஆய்வும் நிறைந்த நூல்களுக்காகத் தமிழ் வாசகர்களிடையில் நன்கு அறியப்பட்டுள்ள என். சொக்கன் புனைவு, வாழ்க்கை வரலாறு, நிறுவன வரலாறு, தன்னம்பிக்கை, சிறுவர் இலக்கியம் உள்ளிட்ட துறைகளில் இதுவரை எழுபதுக்கும் மேற்பட்ட நூல்கள், நூற்றுக்கணக்கான கதைகள், கட்டுரைகளை எழுதியுள்ளார். விரிவான ஆய்வுகள், சான்றுகளின் அடிப்படையிலான ஆழமான வரலாற்று நூல்களைத் தமிழில் எழுத இயலும், அவற்றைப் பெரும்பான்மை வாசகர்களுக்குக் கொண்டுசேர்க்கவும் இயலும் என்பதைப் பலமுறை நிரூபித்த எழுத்து வகை இவருடையது.

தமிழ், ஆங்கிலம் ஆகிய இரு மொழிகளிலும் எழுதும் சொக்கனுடைய நூல்கள் ஹிந்தி, கன்னடம், மலையாளம் உள்ளிட்ட பல மொழிகளில் மொழிபெயர்ப்பாகியுள்ளன.

www.ingramcontent.com/pod-product-compliance
Ingram Content Group UK Ltd.
Pitfield, Milton Keynes, MK11 3LW, UK
UKHW041846200726
13854UKWH00005BA/2318

9 789395 222198